Economics and Finance – Vietnamese Edition

By Arthur H Tafero

Includes lesson plans

Kinh tế và Tài chính - phiên bản Việt
Arthur H Tafero
Bao gồm kế hoạch bài học

Chuyển tiếp

Cuốn sách này không phải dành cho người mới bắt đầu. Sinh viên mới bắt đầu và những người kinh doanh nên kiểm tra cuốn sách của tôi, giới thiệu về doanh nghiệp - Second Edition, trước khi cố gắng giải quyết vấn đề phân tích phức tạp hơn này.

Văn bản này là dành cho chuyên ngành kinh doanh ở trường đại học và có kinh nghiệm doanh nhân, những người muốn có một sự hiểu biết tốt hơn về cách để cạnh tranh cho một vị trí trong 8% dân số đó là thành công trong kinh doanh trong ba năm trở lên.

Có kế hoạch bài học sâu rộng vạch ra cho cả tài chính và kinh tế vĩ mô (Bernanke) chứa trong văn bản này. Tài chính là chủ yếu liên quan đến công ty đại chúng lớn hơn, và kinh tế vĩ mô chủ yếu là liên quan đến kiến thức chung về biến có thể ảnh hưởng đến doanh nghiệp của bạn một cách tích cực hay tiêu cực trong năm tài chính.

Hãy chắc chắn rằng bạn đã nắm vững các nguyên tắc của tiếp thị và bán hàng trước khi cố gắng để hiểu những nguyên tắc phức tạp. Về bản chất, tài chính là rất đơn giản; bạn vay tiền cho một doanh nghiệp dựa trên kỳ vọng doanh số bán hàng trong kinh doanh cho tương lai. Hầu hết các khoản cho vay trong lĩnh vực này được đảm bảo, có nghĩa là bạn sẽ đưa lên nhà của bạn, quỹ hưu trí, và các tài sản khác để tài trợ cho doanh nghiệp của bạn.

Các ngân hàng không phải là trong kinh doanh rủi ro. Họ thà mất tài sản của bạn. Một số ngân hàng sống nguy hiểm. Họ cung cấp các khoản vay cho các doanh nghiệp mà không có 100% an ninh; mà là để nói, họ đang đánh bạc trên thành công của bạn. Đôi khi các ngân hàng như thế này đi ra ngoài của doanh nghiệp mình.

Kể từ khi tỷ lệ cược của một doanh nghiệp thất bại trong vòng ba năm là 92-8, nó là rất cao nên bạn không nên đầu tư tất cả tài sản của bạn vào một doanh nghiệp. (Nguồn: Wharton School of Business, Penn; Ngân hàng Trung Quốc)

Đại học và Ngân hàng Trung Quốc phòng Tín dụng nhỏ, Bắc Kinh). Giữ một phần tiền tiết kiệm của bạn và / hoặc quỹ hưu trí an toàn cho trường hợp khẩn cấp, chỉ trong trường hợp bạn trở thành một phần của 92% thất bại.

Nếu bạn là một nhân viên ngân hàng hoặc kỹ thuật viên kinh doanh chuyên nghiệp khác, nó sẽ behoove bạn hiểu được nguyên tắc của cả hai tài chính và kinh tế trước khi đưa ra quyết định tài chính phức tạp.

Tài chính có thể là một bài tập hữu ích, hiệu quả và có lợi nhuận, nếu thực hiện một cách chính xác. Nó có thể là một hố tiền mà bạn sẽ phải trả tiền cho một vài năm nếu bạn không cẩn thận.

Kinh tế và các biến có trong kỷ luật, giữ lời hứa tương tự cho việc tạo ra các cơ hội tài chính với

sự hiểu biết của bệnh nhân về các nguyên tắc liên quan. Những người tiến hành mà không hiểu những nguyên tắc này, di chuyển về phía trước nguy cơ của riêng của họ, và có khả năng trở thành một trong số 92%.
Arthur H Tafero

Mục lục

Chuyển tiếp pg1
Mục lục PG3

Phòng Tài chính
Một bài học - Tổng quan Tài chính pg4
Hai bài học - Tài sản tài chính pg7
Bài học Ba -. Thị trường tài chính PG10
Bốn bài học - trung gian tài chính pg12
Bài Five -. Các chi phí của tiền (lãi) pg14
Bài Sáu - Tổ chức và thuế pg16
Bài Bảy - Báo cáo tài chính pg20
Bài Tám - Kế hoạch tài chính và kiểm soát pg22
Bài học Nine - Các khái niệm định giá pg24
Bài học Ten - rủi ro và suất sinh lợi của pg26
Bài học Eleven - Tài chính và chi phí vốn pg28
Mười hai bài học - Vốn ngân sách pg30
Bài học Thirteen - Cơ cấu vốn ....:...... pg33
Mười bốn bài học - Vốn lưu động pg36
Bài học Mười lăm - Quản lý Tiền pg39
Mười sáu bài học - khái niệm đầu tư pg42
Bài học Seventeen - Máy tính đầu tư Returns..pg44
Mười tám bài học - Định giá an ninh và Selection..pg 47

Kinh tế vĩ mô Mục
Một bài học - Tư duy như một nhà kinh tế pg51
Hai bài học - Chi tiêu, thu nhập và GDP pg53
Bài học Ba - Lạm phát và giá Leve pg55
Bốn bài học - lương và thất nghiệp pg57

Bài Five - Tăng trưởng kinh tế và tiết kiệm pg59
Bài Sáu - Quốc gia tiết kiệm, đầu tư và vốn ... pg61
Bài Bảy - hệ thống tài chính, tiền tệ và giá pg63
Bài Tám - Những biến động kinh tế ngắn hạn pg66
Bài học Nine - giữa kỳ thi pg67
Bài học Ten - Mô phỏng các nền kinh tế pg68
Bài học Eleven - Chi pg70
Mười hai bài học - Ổn định một nền kinh tế pg72
Bài học Thirteen - Cung và cầu pg74
Kế hoạch của Tafero Bài học ngày - Tài chính - Tổng quan về tài chính - Một
Một bài học - Tổng quan về Tài chính
Văn bản tài liệu tham khảo cho bài học này: Nguyên tắc tài chính - Scott Besley, Eugene F. Brigham

* Tư vấn - Phương pháp giải quyết đối với bất kỳ không rõ trong bất kỳ công thức kinh tế, thống kê có trong tài chính như sau:
A. Cẩn thận xác định và hiểu nhau của các biến trong công thức
B. Công thức bao gồm các biến thời gian giả định rằng tất cả các biến số khác sẽ được liên tục, trong đó tất nhiên, là không thể.
C. Sử dụng thư hoặc biểu tượng cho mỗi biến
D. Tạo một tính toán hợp lý để đạt được một kết quả cho sự kết hợp của các biến.
1. thị trường tài chính 4 - ngân hàng ở cả hai địa điểm trong nước và quốc tế.
2 Đầu tư 4 - quyết định bảo mật của các cá nhân và các tổ chức.
3 quản lý tài chính 4 - ngân hàng và các tổ chức khác lựa chọn chứng khoán để đầu tư
4. Những gợi ý tài chính 7 - Có những tác động tài chính trong hầu hết các doanh nghiệp.
5 Nguyên nhân của toàn cầu hoá kinh doanh 12 -
a. Những cải tiến trong giao thông vận tải
b. Cải tiến trong giao tiếp
c. Thay đổi chính trị chống lại chủ nghĩa bảo hộ
d. Công nghệ mới
e. Gia công phần mềm
Toàn cầu hóa đã xảy ra một cách tự nhiên là kết quả của quá trình tiến hóa dần dần của nền kinh tế quốc tế. Giao thông vận tải tốt hơn cho phép greatercommerce giữa các nước và trong mỗi quốc gia. Giao tiếp tốt hơn cho phép giao dịch tài chính xảy ra trong và ngoài nước là tốt. Chất lượng của các giao dịch tăng lên khi chất lượng của các thông tin liên lạc tăng. Trong khi cuộc khủng hoảng tài chính toàn cầu gần đây đã thúc đẩy một vòng bảo hộ quốc tế, xu hướng chung vẫn là giảm bảo hộ ở hơn 200 quốc gia trên thế giới. Việc giảm biến này cho phép khối lượng thương mại lớn hơn và nhiều hơn nữa quan hệ giữa các quốc gia. Công nghệ mới cho phép các nước để theo dõi nguồn lực của họ gần hơn và tiết kiệm chi phí hàng tồn kho. Gia công phần mềm cho phép các nước để tận dụng mức lương thấp hơn cho công việc tương tự ở các nước khác và tránh chi phí lao động không cần thiết ở các nước bản địa nơi chi phí lao động là đắt hơn nhiều.
6. Trách nhiệm quản lý tài chính
Dự báo và lập kế hoạch 14 - Đây là tất cả ước đoán rằng cung cấp một cơ sở cho một sự khởi

đầu kế hoạch A sẽ phát triển thành một kế hoạch B, theo lý thuyết thời gian thử nghiệm của Chiến lược-Cơ cấu Chandler mối quan hệ.

a. Chính quyết định đầu tư và tài chính 14 - một công ty nên tìm cách tài trợ thông qua các khoản vay dài hạn? Làm thế nào về chi phí lãi suất cho chiến lược đó? Nếu một công ty tài trợ thông qua chứng khoán? Những gì nếu một cổ phiếu bị định giá thấp hoặc giá quá cao?

b. Phối hợp và kiểm soát 14 - tăng trưởng với hiệu quả

c. Phân tích thị trường tài chính 14 - tiền và các thị trường vốn, lạm phát, ưu đãi

ICA 1 - HW 1

Viết một bài luận về mỗi câu hỏi quan trọng sau đây:
1 Làm thế nào đã tài trợ phát triển từ thế kỷ 20?
2 Tại sao chúng ta cần nghiên cứu tài chính ngay cả khi nó không phải là chính của chúng ta?
3 Làm thế nào bạn có thể cải thiện các quyết định tài chính cá nhân của bạn bằng cách nghiên cứu tài chính?
4 Tại sao nó có khả năng Mỹ sẽ áp đặt các hạn chế tài chính lớn trên thị trường tài chính và các doanh nghiệp sau cuộc khủng hoảng tài chính toàn cầu?

Tài nguyên Internet cho bài này:
Tài liệu tham khảo chung Đối với Tất cả nội dung
http://www.askmrmovies.com
Hạn chế tài chính mới ở Mỹ
www.demographia.com/db-overhang.pdf
IPO
www.hoovers.com

Kế hoạch của Tafero Bài học ngày - tài chính - tài sản tài chính - Hai
Hai bài học - Tài sản tài chính

1 Bất tài sản - 18 - Một sản phẩm chất quan sát hoặc có thể sờ
2. tài chính tài sản - 18 - Một lời hứa để phân phối các dòng tiền trong tương lai

3 tín phiếu Kho bạc -19 - Bán cho nước hoặc ngân hàng của Kho bạc để tài trợ cho chính phủ
4 Hiệp định mua lại - 19 - ngân hàng bán các khoản đầu tư với lời hứa sẽ mua lại
5 quỹ liên bang - 19 - vay Ngân hàng Dự trữ
Chấp nhận 6 Banker - 19 - Công ty hứa sẽ trả tiền
7 commericial Giấy -19 - Khoản vay do công ty mạnh
8 đĩa CD Thỏa thuận - 19 ngân hàng lãi
9 Eurodollars - 19- tiền gửi đô la tại châu Âu
10 thị trường tiền quỹ - 19 - Đầu tư vào T-Bills, đĩa CD và ngắn các điều khoản khác
11 Trái phiếu Đô thị - 19 - Ban hành bởi tiểu bang và thành phố
Cho vay có kỳ hạn 12 - 19 - Cho vay trong thời gian quy định
Thế chấp 13 - 19 - cho vay nhà
14 Trái phiếu doanh nghiệp -19 - công ty cổ phần ít rủi ro hơn cổ phiếu
15 cổ phiếu ưu đãi - công ty cổ phần ít rủi ro hơn cổ phiếu phổ thông - 19
16 Cổ phiếu phổ thông - 19 - Cổ phiếu rủi ro của chứng khoán
17 thường Vốn chủ sở hữu 20 - một phần của công ty thuộc sở hữu của công chúng
18 Mệnh giá - 21 - mệnh giá một cổ phiếu
19 Lợi nhuận giữ lại - 21- Thu nhập không chi trả cho các cổ đông
20 khác Paid-Trong gọn Visitor Map - 21 - Sự khác nhau giữa phát hành cổ phiếu mới và mệnh giá
21 Giá trị đáo hạn - 22 - Giá trị của một món nợ cho vay nhận được vào cuối của khoản vay
22 thanh toán lãi -22- Khoản thanh toán cho các khoản nợ
Ngày đáo hạn 23 - 22 - Ngày cuối cùng bạn có thể trả nợ gốc vay với lãi suất thêm
24 Gọi Dự - 29 - quyền của một công ty phải trả trái phiếu trước hạn
Quỹ chìm 25 - 29 - Một thanh toán cố định mỗi tháng để trả nợ trái phiếu thấp hơn
26 tính năng chuyển đổi - 30 - quyền của một cổ đông để chuyển đổi trái phiếu thành cổ phiếu
27 * Ratings Bond - 31 - dự đoán như giá trị thực tế của trái phiếu công ty. Nhiều cổ phiếu AAA đánh giá đã bị phá sản trong cuộc khủng hoảng tài chính toàn cầu cuối cùng irrefutably chứng minh rằng tất cả các xếp hạng trái phiếu được dự đoán chỉ đơn thuần là giáo dục. (Xem bài học về Đánh giá trái phiếu)
28 rủi ro miễn phí Trái phiếu - 32 - trái phiếu AAA đánh giá rủi ro, chẳng hạn như AIG, Morgan-Stanley, Merril Lynch và những người khác tất cả đã bị phá sản, chỉ có thực sự là không có những điều như một trái phiếu rủi ro. Các nhà phân tích tài chính GUESS rằng các trái phiếu AAA và rủi ro, nhưng điều đó không nhất thiết phải làm cho họ như vậy.
Hạ cấp 29 - 33 - Các hạ xếp hạng trái phiếu của một công ty đầu tư thành lập như Standard và Poors (mà phải thừa nhận là làm cho rất nhiều sai lầm trong cả hai hướng của xếp hạng, bây giờ Một số công ty phân tích đầu tư châu Á đã bỏ qua xếp hạng của Tây phương và trái phiếu công ty dựa vào mức tiêu chí riêng của họ.
30 * Derrivatives - 39 - Tài sản tài chính có giá trị các tài sản khác như cổ phiếu và trái phiếu. Điều này thực sự định giá một mặt hàng không dựa trên những gì nó thực sự có giá trị, nhưng những gì nó CÓ THỂ có giá trị thanh toán vào cổ phiếu và trái phiếu. Các vấn đề của tính toán này là các cổ phiếu và trái phiếu được sử dụng trong tính toán lại giá trị mới có thể được định giá quá cao cực kỳ (ví dụ như hàng trăm ofstocks, trái phiếu của công ty đã đi theo trong cuộc khủng hoảng tài chính toàn cầu). Nếu thosestocks và trái phiếu là đại diện thực tế của các tài sản, sau đó là tài sản riêng của mình trở nên rất không đáng tin cậy như là một mục tính toán

và phát sinh từ tài sản này chỉ đơn thuần là một đoán hoang dã, thường là quá cao theo hướng đi lên. (Xem Bài học về Đánh giá trái phiếu)

31 * Hedge Funds - 40 - Các quỹ đầu tư đang lựa chọn để mua hoặc bán một tài sản ở một mức giá xác định trước. Nó tương tự như thỏa thuận và xử lý cuộc gọi trong thị trường chứng khoán. Trong điều kiện đơn giản, bạn PUT trong một trật tự để mua nếu một cổ phiếu chạm $ 30 một cổ phiếu. Nếu cổ phiếu giảm xuống còn $ 20 một cổ phiếu bạn thực hiện một CALL bán cổ phần của mình. Trong Hedge Funds, thay vì mua một cổ phiếu với giá $ 30 với một PUT, bạn bán nó (sau khi bạn đã mua nó với giá $ 20 một cổ phiếu), nhưng bạn vẫn có quyền bán nó nếu nó đi xuống đến $ 20. (Xem Bài học về Đánh giá trái phiếu)

32 rủi ro và trở lại - 43 - Xem biểu đồ trên trang 43 càng lớn nguy cơ an ninh, lớn hơn lợi nhuận (hoặc lỗ).

ICA 2 - HW 2
1. Thảo luận về những lợi thế và bất lợi của nợ và cổ phiếu ưu đãi từ quan điểm của một tổ chức phát hành.
2. Thảo luận về những lợi thế và bất lợi của nợ và cổ phiếu ưu đãi từ quan điểm của nhà đầu tư.
3 Làm thế nào chứng khoán chuyển đổi được sử dụng để giúp các doanh nghiệp huy động vốn?
4. những ưu điểm và nhược điểm của tài chính cổ phiếu phổ thông là gì?

Tài nguyên Internet cho bài này:
Tài liệu tham khảo chung Đối với Tất cả nội dung
http://www.askmrmovies.com
Cổ phiếu
www.money.msn.com/business-news/news.aspx
Trái phiếu
www.bloomberg.com/news/bonds/
Kế hoạch của Tafero Bài học ngày - Tài chính - Thị trường tài chính - Ba
BÀI 3 - tài chính và quá trình ngân hàng đầu tư
1. thị trường tài chính - 82 - Cá nhân, tổ chức có mang lại cùng người vay và người gửi tiết kiệm
2. Thị trường tiền - 82 - Tài sản tài chính ngắn hạn
3 thị trường vốn - 82 - Tài sản tài chính dài hạn
4. Thị trường nợ - 82 - trái phiếu và các khoản vay khác như thế chấp
5. Thị trường Vốn chủ sở hữu - 82 - cổ phiếu và giao dịch
6 Thị trường Tiểu học - 82 - quốc gia hoặc tiểu bang phát hành trái phiếu
Thị trường thứ cấp 7 - 82 - giao dịch chứng khoán phát hành trước đó
8 thị trường chứng khoán - 82 - tổ chức mà báo cáo giá cổ phiếu
Yêu cầu Liệt kê 9 - 82 - tiêu chuẩn cần thiết cho một người nào đó hoặc một số công ty kinh doanh trên một địa phương hoặc khu vực chứng khoán
10 Ngân hàng Đầu tư - 82 - những người giúp đỡ để thiết lập giá cho đợt IPO
11 SEC (Ủy ban chứng khoán - 82 - cơ quan được thành lập để bảo vệ các nhà đầu tư từ gian lận

12 thị trường tài chính quốc tế - 82 - Thị phần của thị trường chứng khoán thế giới đã tăng lên trong khi đầu tư vào thị trường Mỹ đã giảm.
13 IPO (Initial Public Offering) - 82 - nhập đầu tiên của công ty nhỏ vào thị trường chứng khoán.
ICA và HW 3

Viết một bài luận về mỗi câu hỏi này:
1 Làm thế nào để giúp đỡ một hiệu quả thị trường vốn để giảm giá hàng hóa và dịch vụ?
2. Tại sao một công ty sẽ được quan tâm trong việc phân bố rộng rãi cổ phiếu của mình?
3 Tại sao bạn nghĩ rằng một số công ty muốn được niêm yết trên NYSE thay vì đất nước của họ chứng khoán?
4 loại gì các công ty tham gia thị trường cho IPO (Initial Public Offerings)?

Tài nguyên Internet cho bài này:
Tài liệu tham khảo chung Đối với Tất cả nội dung
http: //www.askmrmovies..com
Giao dịch chứng khoán
www.tdd.lt/slnews/Stock_Exchanges/Stock.Exchanges.html
Thị trường nợ
www.investorwords.com/1322/debt_market.html

Kế hoạch của Tafero Bài học ngày - tài chính - tổ chức trung gian tài chính - Bốn

Bài 4 - tổ chức trung gian tài chính
1 tổ chức trung gian tài chính - 117 - chuyển tiền bằng cách phát hành chứng khoán riêng của họ và mua chứng khoán của người khác. Còn được gọi là thị trường thứ cấp, nó là một trong những khu vực đã tạo ra cuộc khủng hoảng tài chính toàn cầu cuối cùng khi một số công ty bảo hiểm như AGI bắt đầu mua hàng ngàn khoản vay độc hại đã gần như được đảm bảo để mặc định.
2. hiệu quả kinh tế - 117 - làm cho hầu hết các giao dịch cho nhiều tiền nhất trong thời gian ngắn nhất với số tiền ít nhất của công việc. Cải cách kinh tế là quá hiệu quả, tuy nhiên, đôi khi có tác dụng bất lợi của việc cho phép gian lận dễ dàng hơn chiếm ưu thế trong các tình huống ngân hàng lỏng lẻo.
3 Đa dạng hóa - 117 - Có một loạt các khoản đầu tư thay vì đầu tư tất cả các quỹ trong khu vực.
4 ngân hàng thương mại - 117 - cho vay lớn cho các doanh nghiệp. Ngân hàng thương mại là một phần lớn của tài chính toàn cầu Crisisbecause họ đã cho vay dựa trên ước tính thực tế của

tài sản của công ty mà phóng đại giá trị tài sản của họ càng nhiều càng tốt 100X có giá trị thực sự của họ.

5. Liên hiệp tín dụng - 117 - cho vay lớn cho người tiêu dùng. Hầu hết các ngân hàng đã không bị ảnh hưởng nặng nề như các ngân hàng thương mại trong cuộc khủng hoảng tài chính toàn cầu. Hầu hết các khoản vay cá nhân vẫn còn cuối cùng trả trừ trường hợp cá nhân tuyên bố phá sản.

6 tổ chức tiết kiệm - 117 - cho vay chủ yếu để mua nhà có thế chấp. Các tổ chức ngân hàng đã bị giết hại trong cuộc khủng hoảng tài chính toàn cầu gần đây bởi vì họ thực hiện các khoản vay lớn về nhà ở mà không thực sự giá trị thậm chí một nửa số tiền đó đã được cho mượn. Khi những người nắm giữ thế chấp không thể hoàn trả khoản vay, các ngân hàng tịch thu nhà để có được các khoản vay của họ trở lại, nhưng những ngôi nhà giờ đây chỉ có giá trị một nửa. Ví dụ, nếu một ngân hàng cho vay thế chấp $ 200,000 vào một ngôi nhà chủ sở hữu trả $ 20,000 xuống và $ 1000 một tháng cho một thế chấp, họ có thể không có khả năng trả tiền thế chấp sau ba năm. Bây giờ họ đã cung cấp cho ngân hàng $ 36,000 cộng với $ 20,000 xuống thanh toán cho các khoản thanh toán của tổng $ 56,000. Nhưng sau khi cuộc khủng hoảng tài chính toàn cầu, ngôi nhà bây giờ chỉ có giá trị $ 100,000 và ngân hàng, thậm chí nó forecloses, chỉ có thể nhận được $ 156,000 trở lại cho nó $ 200,000 cho vay trừ đi các khoản chi phí bán nhà một lần nữa. Đây là một phần của những gì được gọi là các khoản vay độc hại.

7 Hệ thống Dự trữ Liên bang - 117 - Ngân hàng Trung ương của Hoa Kỳ trong đó quản lý việc cung cấp tiền bạc và sự ổn định của ngân hàng nhà nước.

8 ngân hàng Pháp chế - 117 - đã nhìn thấy thời gian hạn chế chặt chẽ như sau cuộc Đại suy thoái và thời gian hạn chế lỏng lẻo; thời gian cho đến khi cuộc khủng hoảng tài chính toàn cầu. Bây giờ xu hướng thắt chặt các hạn chế tương tự như giai đoạn sau cuộc Đại suy thoái.

ICA 4 - HW 4

Viết một bài luận về mỗi câu hỏi này:
1 Tại sao các trung gian tài chính hữu ích?
2. Tại sao các ngân hàng phải duy trì niềm tin của công chúng?
3 Tại sao bãi bỏ quy định của các ngân hàng nguy hiểm cho người tiêu dùng?
4 Làm thế nào để các ngân hàng Mỹ khác với các ngân hàng ở các nước khác?

Tài nguyên Internet cho bài này:
Tài liệu tham khảo chung Đối với Tất cả nội dung
http://www.askmrmovies.com
Chạy trên ngân hàng
www.investopedia.com
Bãi bỏ quy định các ngân hàng
www.ehow.com

Kế hoạch của Tafero Bài học ngày - tài chính - Các chi phí của tiền (lãi) - Năm
Bài Five - Các chi phí của tiền (lãi)
Một mô tả của việc thắt chặt quy định cho vay đầu
1 Dollar Trở về - 139 - Thu nhập trả tổ chức phát hành hoặc thay đổi giá trị của một tài sản tài

chính trên thị trường tài chính
2. lãi vay - 139 - Giá cho thuê tiền.
3 Chi phí của các yếu tố tiền (lãi) - 139
a. Cơ hội sản xuất
b. Ưu đãi về thời gian để tiêu thụ
c. Nguy cơ
d. Lạm phát
Bốn biến được tính toán để tạo ra một lãi suất
4 Cơ cấu kỳ hạn của lãi suất - 139 - mối quan hệ giữa sản lượng về chứng khoán và thời gian đáo hạn của các chứng khoán.
5 Sản lượng đường cong - 139 - một chỉ báo rằng sử dụng các biến như nhu cầu về nguồn vốn ngắn hạn và lạm phát.
6 Lãi suất Effect - 139 - Lãi suất ảnh hưởng đến giá cả thị trường chứng khoán. Lãi suất cao hơn làm chậm sự tăng trưởng và cổ phiếu priceincreases.
7 thanh khoản thích lý thuyết - 135 - trái phiếu dài hạn thường có năng suất cao hơn so với trái phiếu ngắn hạn.
8 thị trường phân khúc Lý thuyết - 135 - Mỗi người cho vay và người đi vay có kỳ hạn ưa thích. Một số khách hàng thích cho vay ngắn hạn và khác thích có một thời hạn trả nợ dài hơn.
9 kỳ vọng lý thuyết - 134 - đoán chuyên nghiệp về đường cong lãi suất dựa trên tỷ lệ lạm phát trong tương lai
10 Lạm phát cao cấp - 129 - một phụ phí trong lãi suất dựa trên một đoán chuyên nghiệp cho rằng lạm phát sẽ xói mòn đầu tư. Cần lưu ý rằng có một ít khi giảm giá Giảm phát hay giảm lãi suất dựa trên một đoán chuyên nghiệp mà giảm phát sẽ làm tăng giá trị của một khoản đầu tư.

ICA và HW 5

Viết câu hỏi tiểu luận sau đây:
1. lãi suất như thế nào ảnh hưởng đến thị trường chứng khoán?
2. lãi suất như thế nào ảnh hưởng đến thị trường bất động sản?
3 Tại sao tất cả chỉ là dự đoán sản lượng chuyên nghiệp?
4. Theo ý kiến của bạn, lãi suất ảnh hưởng đến thị trường chứng khoán hoặc không thực hiện thị trường chứng khoán ảnh hưởng đến lãi suất. Tại sao?
Tài nguyên Internet cho bài này:
Tài liệu tham khảo chung Đối với Tất cả nội dung
http://www.askmrmovies.com
Lãi suất
www.stockcharts.com/charts/YieldCurve.html
Sản lượng
www.investopedia.com

Kế hoạch Bài Tafero của ngày - tài chính - tổ chức kinh doanh và thuế
Bài 6 - Các tổ chức kinh doanh và môi trường Thuế -6

Xem của IRS doanh nghiệp nhỏ chủ sở hữu

1. Proprietorship 149 - một doanh nghiệp tư cách pháp nhân thuộc sở hữu của oneindividual
Ưu điểm:
a. Dễ dàng hình thành
b. Không tốn kém
c. Rất ít các quy định của chính phủ
d. Đánh thuế như một cá nhân, không phải là một công ty
Nhược điểm:
a. Trách nhiệm cá nhân không giới hạn
b. Khó khăn về vốn thu được
c. Khó khăn trong việc chuyển quyền sở hữu
d. Giới hạn cuộc sống của cá nhân
2. tác 150 - giống như một sở hữu ngoại trừ nó có hai chủ sở hữu
Ưu điểm:
a. Dễ dàng hình thành
b. Không tốn kém
c. Rất ít các quy định của chính phủ
d. Đánh thuế cá nhân, không phải là một công ty
Nhược điểm:
a. Trách nhiệm vô hạn cho chủ sở hữu
b. Cuộc sống hạn chế cho công ty
c. Khó khăn trong việc chuyển quyền sở hữu
d. Khó khăn trong việc huy động lượng vốn lớn
3 Tổng công ty 151 - Một công ty là một thực thể pháp lý được tạo ra bởi một nhà nước. Đó là riêng biệt và khác biệt với chủ sở hữu và quản lý của mình.
Ưu điểm:
a. Một công ty có thể tiếp tục sau khi chủ sở hữu ban đầu của các nhà quản lý và chết, vì vậy nó có cuộc sống không giới hạn.
b. Các quyền sở hữu có thể được chia thành cổ phần của cổ phiếu và số cổ phiếu có thể được chuyển giao.
c. Có trách nhiệm hữu hạn trong các công ty. Trách nhiệm của bạn là đúng giới hạn đầu tư của bạn.
Nhược điểm:
a. Lợi nhuận doanh nghiệp có thể đánh thuế hai lần. Tổng công ty bị đánh thuế và sau đó individualearnings bị đánh thuế.
b. Thủ tục giấy tờ và bảo trì là khó khăn hơn nhiều so với doanh nghiệp tư hoặc quan hệ đối tác.
4 doanh nghiệp điều lệ - 151 - bao gồm tên công ty, loại hình hoạt động, số lượng vốn cổ phần, số lượng giám đốc, và tên và địa chỉ của Giám đốc.

5. thâu tóm công ty - 158 - công ty có cổ phiếu bị định giá thấp mua lại bởi một công ty khác.
6 Poison Pill - 158 - phương pháp được sử dụng bởi các công ty phải đối mặt với tiếp quản thù địch để ngăn chặn một tiếp quản thù địch.
7 Greenmail - 159 - phải trả một phí bảo hiểm cao cho cổ phiếu được mua lại bởi một đại lý tiếp quản tiềm năng
8 Các bên liên quan - 160 - nhân viên, khách hàng, nhà cung cấp và các cổ đông.
9 Môi trường bên ngoài - 161 - Các yếu tố bên ngoài công ty có ảnh hưởng đến giá chứng khoán
a. Luật
b. Môi trường
c. Dự trữ Liên bang
d. Nền kinh tế quốc tế
e. Nền kinh tế quốc gia
10 yếu tố bên ngoài đánh giá (EFE) - một đánh giá toán học của các yếu tố bên ngoài.
Đạo đức kinh doanh 11 - một mã chủ yếu là tưởng tượng tắc ứng xử cho các doanh nhân. Nhất là đạo đức trong kinh doanh là thứ lợi nhuận.
12 Tổng công ty đa quốc gia
a. Nhập thị trường mới
b. Có được nguyên liệu thêm
c. Khám phá công nghệ mới
d. Nâng cao hiệu quả
e. tránh các vấn đề chính trị
Vấn đề của ty đa quốc gia
a. Tỷ giá hối đoái
b. Pháp luật nước ngoài
c. Vấn đề ngôn ngữ
d. Khác biệt văn hóa
e. Sự can thiệp của chính phủ
13 Vốn Lãi so với thu nhập bình thường 170 - thu nhập thường thường là một mức lương. Lãi vốn là lợi nhuận thực hiện trên vốn đầu tư trong thời hạn một năm thuế. Nếu bạn mua một cổ phiếu cho 20 và nó đi đến 40, bạn phải trả số tiền X đô la thuế đối với lợi nhuận của bạn.
14 Thuế doanh nghiệp - 172 - Nó là dễ dàng hơn nhiều để tránh phải trả thuế trong một công ty so với thu nhập fromordinary. Có một số lượng lớn các khoản khấu trừ cho các doanh nghiệp không được phép cho cá nhân.
ICA và HW 6

Viết một bài luận cho những câu hỏi này:
1 Làm thế nào để doanh nghiệp tư, các đối tác và các tổ chức khác nhau?
2 Làm thế nào để loại thuế khác đối với người có mức lương cho những người đầu tư vào cổ phiếu?
3 Làm thế nào bạn có thể đôi khi ngăn chặn một tiếp quản thù địch?
4 Làm thế nào để các công ty đa quốc gia khác với các công ty trong nước?

Tài nguyên Internet cho bài này:

Tài liệu tham khảo chung Đối với Tất cả nội dung
http://www.askmrmovies.com
Mulitnationals
www.investopedia.com
Cơ cấu thuế của Mỹ
www.mitpress.mit.edu/catalog/item/default.asp?ttype=2&tid

Kế hoạch của Tafero Bài học ngày - tài chính - Báo cáo tài chính - Bảy
Bài 7 - Báo cáo tài chính

1 Kết quả kinh doanh - 189 - một tài liệu cho thấy lợi nhuận và thua lỗ ban hành bất cứ nơi nào từ một tháng một lần để một lần trong năm, nhưng phổ biến nhất là mỗi quý.
2. Cân đối kế toán - 190 - một tài liệu cho thấy tình hình tài chính của một công ty tại một thời điểm cụ thể trong thời gian.
3. cáo lợi nhuận để lại - 193 - một tài liệu cho thấy một yêu cầu bồi thường đối với tài sản. Cao hơn hoặc thấp hơn lợi nhuận giữ lại, cao hơn hoặc thấp hơn cổ tức trả cho cổ đông.
4 Báo cáo Lưu chuyển tiền tệ - 195 - Tài liệu này độc quyền phân tích nơi mà tiền đến từ đâu và nó đã đi.
5. lỏng tài sản - 199 - một tài sản mà có thể dễ dàng được chuyển đổi sang tiền mặt mà không có thiệt hại đáng kể.
6 Khả năng thanh khoản - 199 - một tài liệu cho thấy có bao nhiêu tài sản của một công ty là chất lỏng so với tổng tài sản của nó.
7 Acid Test - 201 = Tài sản ngắn hạn - Hàng tồn kho / Nợ ngắn hạn
8 Tài sản cố định Vòng quay - 203 = Doanh thu / Tài sản cố định ròng
9 Tổng tài sản Doanh thu Tỷ lệ - 204 = Doanh thu / Tổng tài sản
10 Đòn bẩy tài chính - 204 - Một hành nghề kinh doanh không lành mạnh vay vốn không cần thiết để giảm bớt số tiền trả cho các cổ đông chia cổ tức. Điều này được thực hiện bởi vì cổ tức phải đóng thuế và lãi vay không phải là. Đây là một ngắn termsolution cổ điển cho một vấn đề

dài hạn mà thường kết thúc trong hỗn loạn.
Tỷ lệ nợ 11 - 205 - Một số không lành mạnh nếu nó là quá cao. Tài liệu này đo lường Tổng nợ / Tổng tài sản. Tỷ lệ thấp là các công ty lành mạnh và tỷ lệ cao là các công ty sống trên các cạnh.
12 lần lãi kiếm được (TIE) tỷ lệ 206 = Lợi nhuận trước lãi vay và thuế (EBIT) / Chi phí lãi
13 Khả năng sinh lời - 207 = Lợi nhuận ròng biên (lợi nhuận trên mỗi đô la doanh thu) = Thu nhập ròng / doanh thu
14 thu nhập trên tổng tài sản - 208 = Thu nhập thuần / Tổng tài sản
15 Vốn chủ sở hữu chung - 208 = Lợi nhuận sau thuế cổ đông để thưởng / Vốn chủ sở hữu của cổ đông phổ thông
16 giá / lợi nhuận (PE) Ratio - 209 - Thu nhập mỗi cổ phần = Lãi lỗ để cổ đông / Số lượng cổ phần của cổ phiếu phổ thông
17 Giá trị sổ sách mỗi cổ phần - 209 - Tổng số cổ phần sở hữu chung / số lượng cổ phiếu
18 thị trường / Tỷ lệ Sách - 210 - Giá thị trường trên mỗi cổ phiếu / Giá trị sổ sách trên mỗi cổ phiếu.
19 Trend Phân tích - 211 - một công cụ đo có giá trị dưới dạng đồ thị cho thấy hiệu suất công ty của bạn trong mối quan hệ với phần còn lại của ngành công nghiệp (hoặc bánh).
ICA và HW 7
Trả lời những câu hỏi tiểu luận:
1 Làm thế nào để một bảng cân đối cho chúng ta một hình ảnh của một công ty?
2 Làm thế nào để một báo cáo lưu chuyển tiền cho chúng ta một hình ảnh như thế nào tiền được sử dụng trong một công ty?
3 Tại sao những tài sản lưu động quan trọng đối với một công ty?
4. Tại sao bạn nên biết tỷ lệ nợ của một công ty trước khi đầu tư vào nó?
Tài nguyên Internet cho bài này:
Tài liệu tham khảo chung Đối với Tất cả nội dung
http://www.askmrmovies.com
Bảng cân đối
www.investopedia.com
Báo cáo hàng quý
www.investorwords.com/4004/quarterly_report.html

Kế hoạch Bài Tafero của ngày - Tài chính - Kế hoạch tài chính và kiểm soát - Tám
Bài 8 - Kế hoạch tài chính và kiểm soát

1. R & D nên là phần quan trọng nhất của bất kỳ dự báo tài chính hoặc đoán. Nghiên cứu đầy đủ nên được thực hiện trước khi kế hoạch A được đưa vào hiệu lực. Và thậm chí mặc dù nghiên cứu này, kế hoạch A sẽ thất bại tại một số điểm và Kế hoạch B mới sẽ phải thực hiện điều chỉnh cho tính toán sai lầm của Kế hoạch A. (không phải trong cuốn sách)
2. Tất cả các dự báo và kế hoạch là không có gì hơn đoán chuyên nghiệp. Không ai có thể nhìn thấy tương lai cho dù chỉ một ngày, mặc dù một số nhà hoạch định tài chính phi đạo đức muốn cung cấp cho ấn tượng rằng số lượng của chúng là hết sức rõ ràng hoặc gần như hoàn hảo. Tôi sẽ đặt trọng tâm vào các bằng chứng, và không đánh lừa người dự án chúng như hoàn hảo. (Không phải trong cuốn sách)

3. hòa vốn Phân tích - 245 - điểm mà doanh số bán hàng sẽ bao gồm chi phí hoạt động.
4. Đòn bẩy tài chính - 254 - tăng hoặc giảm lợi nhuận ròng ảnh hưởng đến kế hoạch tương lai.
5. tiền ngân sách - 259 - Ngân sách hàng tháng được thiết kế để monitorcash lưu lượng và chi phí.
6 Kế hoạch tài chính 265 - dự đoán (dự đoán) bán hàng, incomesand tài sản cũng như nợ
7 Kiểm soát tài chính - 265 - Phương pháp bắt đầu Kế hoạch B khi kế hoạch A chắc chắn cần sửa đổi.
8 điều hành đòn bẩy - 266 - mức độ chi phí cố định trong hoạt động của doanh nghiệp.
9 Mức độ đòn bẩy hoạt động (DOL) - 266 - cho biết như thế nào một sự thay đổi trong doanh số bán hàng sẽ ảnh hưởng đến hoạt động thu nhập
10 Mức độ đòn bẩy tài chính - 266 - cho thấy một sự thay đổi trong EBIT sẽ ảnh hưởng đến EPS.
11 Tổng số đòn bẩy - 266 - mức độ mà tổng chi phí cố định (điều hành và tài chính) tồn tại trong hoạt động của doanh nghiệp.
12 Mức độ Tổng số đòn bẩy (DTL) - 266 - cho thấy cách tăng hoặc giảm doanh số bán hàng sẽ ảnh hưởng đến EPS.
ICA và HW 8
Viết một bài luận cho mỗi câu hỏi này:

1 Giải thích như thế nào lợi nhuận hoặc lỗ sẽ được phóng đại cho một công ty với một đòn bẩy hoạt động cao.
2 Giải thích như thế nào lợi nhuận hoặc lỗ sẽ được phóng đại cho một công ty với một đòn bẩy tài chính cao.
3. điểm hòa vốn sẽ bị ảnh hưởng bởi bốn biến?
a. Tăng giá bán
b. Giảm chi phí lao động
c. Phát hành trái phiếu mới
d. Giảm chi phí hoạt động cố định
4. Tại sao ngân sách tiền mặt nên được tạo ra?
Tài nguyên Internet cho bài này:
Tài liệu tham khảo chung Đối với Tất cả nội dung
http://www.askmrmovies.com
Đòn bẩy hoạt động
www.accountingformanagement.com/operating_leverage.htm
Đòn bẩy tài chính
www.investopedia.com

 Kế hoạch Bài Tafero của ngày - Tài chính - Định giá - Nine
Bài 9 - Các khái niệm định giá

1. cơ bản định giá - 340 - là dựa trên giá trị hiện tại của dòng tiền mà tài sản đó được dự kiến sẽ sản xuất trong tương lai.
2. Bond Định giá - 341 - Giá thị trường của trái phiếu được xác định bởi dòng tiền mà nó tạo ra.

3 mẫu - 342 - một phương trình hoặc thiết lập các phương trình được thiết kế để hiển thị như thế nào một hay nhiều biến ảnh hưởng đến một số biến khác. Tất cả các model có thể hạn chế thời gian, mà là để nói, họ là những dự đoán về tương lai dựa trên số lượng của các biến X cho X chiều dài của thời gian.

4. Lãi Năng suất - 347 - còn được gọi là năng suất hiện tại, đó là lãi suất trả cho trái phiếu

5. Capital Gains Yield - 347 - mức tăng phần trăm hoặc mất mát trong giá trị của một khoản đầu tư. Ví dụ, việc thế chấp một căn nhà mua với giá 100.000 USD sau khi cuộc khủng hoảng tài chính toàn cầu vẫn có thể là $ 50,000 nếu quý vị trả hết một nửa tài sản thế chấp, nhưng nếu nhà bây giờ có giá trị $ 70,000, bạn sẽ được tham gia một tăng vốn mất đầu tư của bạn nếu bạn muốn bán nó với giá 70.000 USD.

6 Giảm giá Bond - 349 - một trái phiếu bán dưới mệnh giá khi lãi suất tăng.

7 cấp Bond - 349 - một trái phiếu bán trên mệnh giá khi lãi suất giảm.

8 Năng suất để đáo hạn - 349 - tỷ lệ trung bình trở lại thu được trên một trái phiếu nếu nó được tổ chức đến ngày đáo hạn.

9 Lãi suất giá rủi ro - 353 - nguy cơ thay đổi trong giá trái phiếu khi lãi suất thay đổi

10 Lãi suất tái đầu tư rủi ro - 354 - rủi ro mà thu nhập từ trái phiếu sẽ thay đổi khi chúng tôi tái đầu tư vào nó khi rateschange quan tâm.

Giá thị trường 11 - 358 - giá mà cổ phiếu được bán ở thị trường chứng khoán.

Giá trị nội tại 12 - 358 - giá trị thực tế của cổ phiếu trên thị trường chứng khoán trên cơ sở xác định giá trị bằng cân đối của nó.

Tốc độ tăng trưởng 13 - 358 - dự kiến (đoán) thay đổi trong cổ tức trên mỗi cổ phiếu chứng khoán. Điều này có thể được tiêu cực là tốt.

14 Yêu cầu Tỉ lệ lợi nhuận - 359 - những gì một người mua hy vọng sẽ nhận được từ một cổ phiếu; đây là đoán khác.

15 Capital Gains Yield - 359 - Việc tăng hay giảm của cổ phiếu trong quá trình của một năm. Có nhiều mô hình có vấn đề khác nhau mà cắm vào một giá trị cho mỗi biến có liên quan, nhưng cả hai biến và thời gian trôi qua rất không chắc chắn để làm cho bất kỳ của các mô hình kinh tế không có nhiều hơn một giáo dục đoán. Kể từ khi đầu tư hơn thời kỳ khác nhau của thời gian, tất cả trong số đó là hoàn toàn dự đoán (vì không ai có thể thấy trước tương lai cho dù chỉ một ngày).

ICA và HW 9

Nếu cổ phiếu của bạn giảm từ $ 50 đến $ 5, bạn có thực sự nghĩ rằng lựa chọn cổ phiếu của bạn có giá trị?

Viết một bài luận cho mỗi câu hỏi này:

1 Làm thế nào để xác định giá trị của một tài sản?

2 Làm thế nào để bạn đánh giá một cổ phiếu trước khi mua nó?

3 Làm thế nào để định giá tài sản thực khác với tài sản tài chính?

4 Tại sao tất cả mô hình kinh tế và công thức đó bao gồm thời gian chỉ đoán?

Tài nguyên Internet cho bài này:

Tài liệu tham khảo chung Đối với Tất cả nội dung

http://www.askmrmovies.com

Chắc chắn của thất bại của kế hoạch A (Tất cả các mô hình kinh tế)

http://www.factoidz.com - Tafero chắc chắn của thất bại của kế hoạch A
Mô hình kinh tế
www.econmodel.com/classic

Kế hoạch của Tafero Bài học ngày - tài chính - rủi ro và Tỷ suất thu hồi - Ten
Bài 10 - Rủi ro và Tỷ giá trở lại
1. rủi ro - 384 - cơ hội một kết quả khác với một dự kiến sẽ xảy ra
Xác suất 2 - 385 - cơ hội mà sự kiện này sẽ xảy ra. Này được dựa trên một giáo dục đoán và còn trong tương lai đoán là nhiều khả năng đoán sẽ là hiển nhiên không chính xác.
3. Tỷ lệ dự kiến trở lại - 387 - đây là bình quân gia quyền của các kết quả dựa trên cơ sở xác suất. Những ước đoán có nhiều khả năng không chính xác lâu hơn trong tương lai họ được dự đoán.
4. rời rạc Xác suất phân phối - 388 - Số lượng possibleoutcomes được giới hạn hoặc hữu hạn. Điều này cho phép một kết quả chính xác hơn đoán rằng có khả năng vô hạn.
5. tục xác suất phân phối - 388 - số possibleoutcomes là vô hạn, do đó xác suất của một kết quả chính xác từ một giáo dục đoán là ít có khả năng hơn là một phân phối xác suất rời rạc.
6 Độ lệch chuẩn - 389 - một biến thống kê đo lường độ kín hay thay đổi của một tập hợp các kết quả. Khi SD là nhỏ, kết quả là nhiều khả năng, khi nó quá lớn, kết quả không chắc chắn hơn.
Lo ngại rủi ro 7 - 394 - tìm kiếm rủi ro thấp hơn để đổi lấy lợi nhuận thấp
8 rủi ro cao cấp - 394 - nhận được lợi nhuận cao hơn cho những rủi ro lớn hơn
9 danh mục đầu tư rủi ro - 395 - lý tưởng, một danh mục đầu tư nên được kết hợp với độ tuổi và nhu cầu của nhà đầu tư. Các nhà đầu tư nhỏ có thể dám mạo hiểm hơn và các nhà đầu tư lớn tuổi tìm kiếm rủi ro thấp hơn.
10 dự kiến trở lại - 396 - một giáo dục đoán về những gì bạn nên đạt được từ một cổ phiếu.
11 Tỷ lệ Thực hiện của Return - 396 - con số thực tế lợi nhuận của bạn, mà là khác nhau từ các ước đoán hơn 50% thời gian. Đôi khi những con số thực tế có sự khác biệt nhiều như hơn 90% thời gian trong thị trường xuống.
12 Công ty, cụ thể rủi ro - 402 - đầu tư chỉ có một cổ phiếu
Rủi ro thị trường 13 - 402 - Các yếu tố bên ngoài ảnh hưởng đến các khoản đầu tư (cuộc khủng hoảng tài chính toàn cầu)

ICA và HW 10

Trả lời những câu hỏi tiểu luận:
1. dự kiến tỷ lệ lợi tức và yêu cầu tỷ lệ lợi nhuận trên một cổ phiếu khác nhau?
2. bao nhiêu lòng tin, bạn nên cung cấp cho các tính toán xác suất để đánh giá sự gia tăng dự kiến của cổ phiếu?
3 Làm thế nào chúng ta nên đánh giá rủi ro?
4 Tại sao chúng ta cần phải có một danh mục đầu tư cân bằng?

Tài nguyên Internet cho bài này:
Tài liệu tham khảo chung Đối với Tất cả nội dung

http://www.askmrmovies.com
Nguy cơ
www.investorguide.com/igu-bài-823-stock-cơ bản-đo-một-stock&rsq ...
Danh mục đầu tư cân bằng
www.beginnersinvest.about.com/od/assetallocation1/.../aa102404.htm

Kế hoạch của Tafero Bài học ngày - tài chính - Chi phí vốn - Eleven

Bài học 11 - Chi phí vốn

Tiền chi phí tiền bạc

* Tư vấn - Phương pháp giải quyết đối với bất kỳ không rõ trong bất kỳ công thức kinh tế, thống kê có trong tài chính như sau:
E. Cẩn thận xác định và hiểu nhau của các biến trong công thức
F. Công thức bao gồm các biến thời gian giả định rằng tất cả các biến số khác sẽ được liên tục, trong đó tất nhiên, là không thể.
G. Sử dụng thư hoặc biểu tượng cho mỗi biến
H. Tạo một tính toán hợp lý để đạt được một kết quả cho sự kết hợp của các biến.
1. KD 435 = lãi suất nợ của công ty nói trên cơ sở trước thuế
2. KĐT 435 = chi phí thành phần sau thuế nợ, trong đó T là thuế suất cận biên của công ty
3. KPS 435 = chi phí thành phần của cổ phiếu ưu đãi.
4. Ks 435 = chi phí thành phần của lợi nhuận giữ lại.
5 Cơ cấu vốn - 436 - Sự kết hợp hoặc kết hợp của các loại hình vốn được sử dụng bởi một công ty
6 sau thuế phí của vốn vay (KĐT) - 437 - Chi phí nợ mới ít việc khấu trừ thuế được sử dụng để tính toán chi phí bình quân gia quyền của vốn. (WACC)
7 Chi phí của cổ phiếu ưu đãi (KPS) - 438 - tỉ lệ lợi nhuận mà nhà đầu tư yêu cầu trên cổ phiếu ưu đãi của công ty.
8 Chi phí lợi nhuận để lại (Ks) - 439 - Tỷ lệ theo yêu cầu của các cổ đông trên số lợi nhuận được giữ lại của công ty để tái đầu tư trở lại.
9 tuyến nổi - 443 - chi phí phát sinh khi phát hành chứng khoán mới.
10 Chi phí biên của Capital - 446 - chi phí cho các một đô la vốn mới bằng cách sử dụng bình quân gia quyền
11 Chi phí biên của vốn Lịch - 446 - Một đồ thị cho thấy chi phí trung bình có trọng số của công ty của mỗi đồng đô la mới của vốn huy động.
12. Break Point - 449 - giá trị đồng đô la vốn mới có thể được đưa ra trước sự gia tăng chi phí bình quân gia quyền của công ty vốn xảy ra.
ICA và HW 11
Trả lời những câu hỏi tiểu luận:
1 Làm thế nào một mức thuế suất thuế doanh nghiệp thấp hơn sẽ ảnh hưởng đến KĐT, Ks và

WACC?
2 Làm thế nào một công ty tăng tỷ lệ trả cổ tức của nó sẽ ảnh hưởng đến KĐT, Ks và WACC?
3 Làm thế nào mở rộng của công ty vào một khu vực mới đầy rủi ro sẽ ảnh hưởng đến KĐT, Ks và WACC?
4 Làm thế nào một cơ sở nhà đầu tư thận trọng hơn trong một công ty sẽ ảnh hưởng đến KĐT, Ks và WACC?

Tài nguyên Internet cho bài này:
Tài liệu tham khảo chung Đối với Tất cả nội dung
http://www.askmrmovies.com
KĐT
www.financial-dictionary.thefreedictionary.com/Cost+of+Debt
WACC
www.investopedia.com/terms/w/wacc.asp
Bài học Tafero của Kế hoạch - ngân sách vốn - - Tài chính Mười hai
Bài 12 - Vốn ngân sách

Bạn sẽ nhận được bao nhiêu chiếc bánh?

1. Vốn ngân sách - 474 - Quá trình lập kế hoạch tài sản expendituresof có dòng tiền dự kiến sẽ mở rộng ra ngoài một năm.
2. Quyết định thay thế - 475 - quyết định về việc mua tài sản cố định (còn gọi là tài sản cố định) để duy trì sản xuất.
3. Quyết định mở rộng - 475 - quyết định về việc mua tài sản cố định và thêm chúng vào tài sản hiện có.
4 dự án độc lập - 475 - dự án có dòng tiền không bị ảnh hưởng bởi việc chấp nhận các dự án khác.
5. lẫn nhau độc quyền dự án - 476 - Một tập hợp các dự án mà việc chấp nhận một dự án có nghĩa là các dự án khác không thể được chấp nhận.
6 dòng chảy tiền - 477 - tiền mặt thực tế, như trái ngược với lợi nhuận kế toán một công ty nhận được hoặc trả tiền trong một khoảng thời gian cụ thể.
7 cộng dồn Lưu chuyển tiền tệ - 478 - Sự thay đổi trong dòng tiền ròng của công ty từ dự án đầu tư.
8 Chi phí chìm - kinh phí tiền đó đã được chi tiêu và không thể phục hồi - 479.
9 Chi phí cơ hội - 479 - Sự trở lại về việc sử dụng thay thế tốt nhất của một tài sản.
10 yếu tố ngoại - 479 - Các cách thức mà chấp nhận một dự án ảnh hưởng đến lưu chuyển tiền tệ một phần khác của công ty.
11 ban đầu Phế đầu tư - 480 - tiền mặt gia tăng flowsassociated với một dự án mà sẽ chỉ xảy ra khi bắt đầu cuộc sống của dự án.
12 gia tăng hoạt động lưu chuyển tiền tệ - 480 - Những thay đổi trong lưu chuyển tiền tệ ngày này qua ngày khác mà kết quả từ việc mua một dự án vốn và tiếp tục cho đến khi công ty sắp xếp những tài sản.
13 ga Lưu chuyển tiền tệ - 481 - Dòng tiền ròng xảy ra vào cuối cuộc đời của một dự án.
Thời gian hoàn vốn 14 - Chiều dài của thời gian trước khi giá gốc của một khoản đầu tư thu hồi từ lưu chuyển tiền tệ dự kiến.

15 Yêu cầu Tỷ lệ thu nhập - 494 -Các tỷ lệ chiết khấu (chi phí vốn) mà gia tăng Tỷ giá Return (IRR) được vượt quá cho một dự án được coi là chấp nhận được.
16 loại rủi ro - (502-503)
a. Đứng một mình rủi ro - rủi ro tài sản duy nhất của một công ty
b. Rủi ro của công ty - rủi ro của cổ đông
c. Beta rủi ro - rủi ro của dự án mà không thể được loại bỏ bằng cách đa dạng hóa
d. Scernario rủi ro - một phân tích tưởng tượng của kịch bản khác nhau cho rủi ro
e. Kịch bản tồi tệ nhất trường hợp rủi ro - một phân tích về các giá trị dự báo tồi tệ nhất *
f. Kịch bản tốt nhất trường hợp rủi ro - một phân tích về các giá trị dự báo tốt nhất
g. Trường hợp cơ sở kịch bản rủi ro - một phân tích được đo với một giá trị dự báo không đổi
h. Tỷ giá rủi ro - 507 - sự không chắc chắn liên quan đến giá của một đồng tiền so với giá của các loại tiền tệ khác
i. Rủi ro chính trị - 508 - nguy cơ liên quan đến sự ổn định chính trị của đất nước, trong đó dự án đang được thực hiện.

ICA và HW 12

Trả lời những câu hỏi tiểu luận:
1 Tại sao chi phí chìm được loại bỏ từ một phân tích ngân sách vốn?
2 Làm thế nào là vốn lưu động phục hồi vào cuối đời của dự án?
3 Làm thế nào để loại rủi ro khác nhau?
4 Làm thế nào để các công ty đánh giá rủi ro?
Tài nguyên Internet cho bài này:
Tài liệu tham khảo chung Đối với Tất cả nội dung
http://www.askmrmovies.com
Nguy cơ
www.investopedia.com
Phân tích dự án
www.intaver.com/index-whitepapers.html

Kế hoạch của Tafero Bài học ngày - tài chính - Cơ cấu vốn - Mười ba
Bài học 13 - Cơ cấu vốn và cổ tức Chính sách quyết định
Tái đầu tư cổ tức là một tài sản-xây dựng hiệu quả

1 Cơ cấu vốn - 526 - Sự kết hợp giữa nợ và vốn chủ sở hữu usedto tài trợ một công ty.
2 Mục tiêu Cơ cấu vốn - 527 - Sự kết hợp của nợ ưa thích stockand vốn cổ phần thường mà các công ty có kế hoạch tài trợ cho các khoản đầu tư của mình.
3. kinh doanh rủi ro - 528 - Nguy cơ kết hợp với dự báo lợi nhuận trong tương lai của công ty trên tài sản (ước đoán, thường là sai) nếu công ty không sử dụng nợ.
4. biến Rủi ro Kinh doanh - 529
a. Bán hàng thay đổi đa dạng - (khối lượng và giá cả) - các đơn vị doanh số bán hàng ổn định hơn (khối lượng) và giá cả của sản phẩm của công ty, thấp hơn rủi ro
b. Giá đầu vào thay đổi đa dạng - lao động, sự thay đổi giá thành sản phẩm là nguy cơ thấp khi ổn định và có nguy cơ cao khi không ổn định
c. Khả năng điều chỉnh giá đầu ra cho các thay đổi về giá đầu vào - nhanh hơn bạn có thể tăng hoặc giảm giá của bạn liên quan đến chi phí đầu vào của họ, rủi ro ít hơn, bạn phải chịu
d. Rủi ro đòn bẩy hoạt động - tài sản cố định không thay đổi nhanh chóng như thay đổi sản phẩm, do đó có nhiều rủi ro gắn liền với họ bởi vì họ thiếu thanh khoản.
5 rủi ro tài chính - 530 - Các phần của các cổ đông có nguy cơ hơn và trên các rủi ro kinh doanh cơ bản.
6 Đòn bẩy TC - 530 - mức độ mà chứng khoán thu nhập cố định (nợ và cổ phiếu ưu đãi) được sử dụng trong cơ cấu vốn của công ty.
7 lần lãi kiếm được (TIE) khấu phần - 541 - một tỷ lệ đo khả năng của một công ty để đáp ứng các nghĩa vụ đó lãi hàng năm.
8 đối xứng thông tin - 544 - Tình hình trong đó các nhà đầu tư và các nhà quản lý có thông tin giống hệt nhau.
9 Thông tin bất đối xứng - 544- Các tình huống trong đó các nhà đầu tư không có cùng một thông tin mà các nhà quản lý đã (không khuyến khích).
10 tín hiệu - 545 - Một hành động của quản lý, cung cấp manh mối để các nhà đầu tư về quản lý views triển vọng của công ty như thế nào (cho dù họ mua hoặc bán quyền mua cổ phiếu của họ)
11 dự trữ vay Dung - 545 - Khả năng vay tiền với chi phí hợp lý khi cơ hội đầu tư phát sinh.
Cổ tức 12 - 547 - phân phối thực hiện cho cổ đông từ lợi nhuận của công ty.
Chính sách cổ tức tối ưu 13 - 548 - Các chính sách cổ tức đạt được một sự cân bằng giữa currentdividends và tăng trưởng trong tương lai trong khi tối đa hóa giá cổ phiếu của công ty.
14 Thông tin Nội dung (tín hiệu) Giả thuyết - 549 - Lý thuyết cho rằng các nhà đầu tư coi như là tín hiệu thay đổi cổ tức lợi nhuận quản lý của dự báo (dự đoán).
15 Clientele Effect - 549 - Xu hướng của một công ty để thu hút các loại nhà đầu tư thích chính sách cổ tức của nó.
16 Dòng tiền giả thuyết - 549 - Các công ty chi trả cổ tức từ dòng tiền đó đóng hộp được tái đầu tư bất kỳ cách nào khác.
Chính sách cổ tức còn lại 17 - 550 - Cổ tức được phân phối sau khi tất cả các chi phí khác được hài lòng.
18 ổn định, cổ tức dự đoán được (không thực sự là dự đoán) - 551 - Thanh toán cổ tức trên mỗi cổ phiếu cụ thể đô la mỗi năm với sự gia tăng tuần hoàn hoặc giảm.
19. thêm cổ tức - 552 - Một cổ tức bổ sung trả cho các cổ đông khi công ty làm tốt.
Tuyên bố ngày 20 - 553 - Ngày, tháng, hội đồng quản trị của công ty đưa ra một tuyên bố tuyên bố chia cổ tức.

21 Chủ của ngày đăng - 553 - Ngày, tháng, công ty sẽ mở ra những cuốn sách sở hữu để xác định ai sẽ nhận được cổ tức.
22 Ex-cổ tức ngày - 553 - Ngày mà quyền cổ tức tiếp theo không còn đi kèm với một cổ phiếu.
23 ngày thanh toán - 553 - Ngày, tháng, một công ty thực sự gửi mail kiểm tra cổ tức.
24 Kế hoạch cổ tức tái đầu tư - 553 - Một kế hoạch cho phép một cổ đông để tự động tái đầu tư cổ tức nhận được trở lại vào chứng khoán.
25 Cổ Split - 556 - Một hành động được thực hiện bởi công ty để tăng số lượng cổ phiếu lưu hành. Điều này có nghĩa rằng một cổ phiếu $ 50 trở thành $ 25 nhưng bây giờ bạn có hai cổ phiếu với giá 25 $.
26 Cổ tức - 556- Một cổ tức được trả theo hình thức bổ sung cổ phiếu.
ICA và HW 13

Trả lời những câu hỏi tiểu luận:
1 Làm thế nào các công ty có doanh thu tương đối ổn định có thể thực hiện tỷ lệ nợ tương đối cao / tài sản?
2 Làm thế nào sự gia tăng mức thuế suất thuế thu nhập cá nhân sẽ ảnh hưởng đến cổ tức?
3 Làm thế nào một tăng lãi suất sẽ ảnh hưởng đến cổ tức?
4 Làm thế nào một sự suy giảm trong cơ hội đầu tư của công ty sẽ ảnh hưởng đến cổ tức?

Tài nguyên Internet cho bài này:
Tài liệu tham khảo chung Đối với Tất cả nội dung
http://www.askmrmovies.com
Cổ tức
www.investopedia.com
Cổ Tách
www.sec.gov/answers/stocksplit.htm

Kế hoạch của Tafero Bài học ngày - tài chính - Vốn lưu động - Mười bốn
Bài 14 - công tác quản lý vốn

1. công tác quản lý vốn - 574 - Việc quản lý tài sản ngắn hạn (các khoản đầu tư) và nợ phải trả (nguồn tài trợ).
2. vốn lưu động - 574 - đầu tư của công ty trong tài sản ngắn hạn (tiền mặt, cổ phiếu, hàng tồn kho)
3. thuần Vốn lưu động - 574 - Tài sản ngắn hạn trừ đi CurrentLiabilities
4. công tác Chính sách Capital - 574 - Quyết định về mức độ mục tiêu của từng tài sản
5. Tiền Chu kỳ chuyển đổi - 577 - Khoảng thời gian từ thanh toán tiền mua nguyên vật liệu để sản xuất cho đến khi thecollection tài khoản.
6. Chính sách đầu tư Relaxed Tài sản ngắn hạn ***** - 580 - chính sách cho phép một lượng lớn tiền mặt và chứng khoán được thực hiện trên sổ sách; chính sách này dẫn đến nhiều vi phạm trong cuộc khủng hoảng tài chính toàn cầu.
7 hạn chế chính sách đầu tư Tài sản ngắn hạn - 580 - đây là chính sách hiện hành có hiệu lực

trong hầu hết các công ty quốc tế hiện nay. Holdings các khoản phải thu được giảm thiểu và nợ quá nhiều không được thực hiện.

8 vừa hiện chính sách đầu tư tài sản - 580 - Đây là bước đầu tiên vượt qua chính sách đầu tư hạn chế tài sản hiện tại và sẽ diễn ra một khi hậu quả của cuộc khủng hoảng tài chính toàn cầu đã được khắc phục.

9 tài sản thường trú hiện hành - 581 - số dư Tài sản ngắn hạn 'mà không thay đổi do điều kiện thời tiết hoặc kinh tế.

Tài sản ngắn hạn tạm thời 10 - 581 - Tài sản ngắn hạn mà biến động theo mùa vụ hoặc theo điều kiện kinh tế. (Điều này đến nay là loại phổ biến nhất của tài sản)

11. ngắn hạn tín dụng - 584 - Bất kỳ trách nhiệm pháp lý ban đầu dự kiến trả nợ trong vòng một năm.

12 phương pháp trích trước - 584 - Nợ ngắn hạn Liên tục định kỳ như tiền lương và các khoản thuế.

13 tín dụng thương mại - 584 - Khoản tín dụng được tạo ra khi một công ty mua về tín dụng từ một công ty khác.

14. hẹn Note - 585 - Tài liệu quy định các điều khoản và điều kiện của khoản vay.

15 Line of Credit - 585 - Một thỏa thuận trong đó ngân hàng đồng ý cho vay lên đến một mức tối đa quy định của quỹ trong một khoảng thời gian được chỉ định.

16 thương mại Giấy - 586 - không có bảo đảm, kỳ phiếu ngắn hạn do lớn, các công ty tài chính tốt để gây quỹ.

17 bảo đảm Loan - 586 - Một khoản vay được hỗ trợ bởi tài sản thế chấp.

18 thanh toán - 586 - Việc bán hoàn toàn các khoản phải thu. ***** Những tài sản này đôi khi hóa ra là độc hại, đã phóng đại giá trị và hiện đang giám sát chặt chẽ hơn nhiều bởi các chính phủ quốc gia.

19 truy đòi - 586 - Một tình huống trong đó người cho vay có thể đòi nợ công ty vay khi các khoản phải thu dùng để bảo đảm tiền vay là uncollectable ****** (điều này xảy ra trong lĩnh vực bất động sản với các ngân hàng đang nắm giữ thế chấp uncollectable; quá nhiều của các loại cho vay cũng góp phần vào cuộc khủng hoảng tài chính toàn cầu)

20 Giảm lãi vay - 589 - một khoản vay, trong đó lãi được trả đầu tiên, chẳng hạn như trong một thế chấp. Chỉ một phần nhỏ của hiệu trưởng được trả hết trong khi lãi suất vẫn được thanh toán.

ICA và HW 14
Quản lý tiền mặt
Trả lời các câu hỏi tiểu luận sau đây
1 Làm thế nào để tính toán chi phí tín dụng ngắn hạn?
2. Thảo luận về một số trong những lợi thế và bất lợi của ngắn hạn Tài chính
3. tài sản hiện nay nên được tài trợ?
4. Thảo luận về chu trình chuyển đổi tiền mặt.

Tài nguyên Internet cho bài này:
Tài liệu tham khảo chung Đối với Tất cả nội dung
http://www.askmrmovies.com
Quản lý tiền mặt

www.inc.com
Tài chính ngắn hạn
www.britannica.com/EBchecked/topic/.../short hạn tài trợ

Kế hoạch của Tafero Bài học ngày - Tài chính - Quản lý tiền - Mười lăm
Bài học 15 - Quản lý tiền mặt và chứng khoán khả mại

Cân bằng 1 giao dịch - 590 - Một số dư tiền mặt cần thiết cho các hoạt động ngày-to-ngày.
2. phòng ngừa Balance - 590 - Một số dư tiền mặt được tổ chức tại dự phòng cho biến động không lường trước được trong lưu chuyển tiền tệ.
3. đầu cơ Balance - 590 - Một số dư tiền mặt được tổ chức để cho phép các công ty để tận dụng lợi thế của bất kỳ mua hàng mặc cả có thể xảy ra.
4. Synchronized lưu chuyển tiền tệ - 591- Một tình huống trong đó Lưu chuyển tiền trùng với luồng tiền tạo ra dư giao dịch thấp.
5. nổi - 591 - không cola và kem vani, nhưng sự khác biệt giữa sự cân bằng thể hiện trong sổ séc của công ty và số dư trên các hồ sơ ngân hàng.
6 giải ngân nổi - 591 - Giá trị của kiểm tra đã được viết và giải ngân, nhưng chưa xóa.
7 Bộ sưu tập nổi - 591 - Số lượng kiểm tra đã được nhận và gửi, nhưng chưa được khấu trừ vào tài khoản.
8 thuần nổi - 591 - Sự khác biệt giữa giải ngân nổi andcollections phao.
9 Chứng khoán khả mại - 593 - Chứng khoán có thể bán được trên thông báo ngắn mà không mất hiệu trưởng hoặc đầu tư ban đầu.
Chính sách tín dụng 10 - 594 - Một tập hợp các quyết định bao gồm các tiêu chuẩn tín dụng của doanh nghiệp, điều kiện tín dụng, các phương pháp được sử dụng để thu thập các tài khoản tín dụng và quy trình giám sát tín dụng.
11 tiêu chuẩn tín dụng - 594 - Các tiêu chuẩn thể hiện sức mạnh tài chính tối thiểu khách hàng phải có để được cấp tín dụng ***** (hầu hết các tiêu chuẩn này đã thất bại trong cuộc khủng hoảng tài chính toàn cầu gần đây).
Điều khoản tín dụng 12 - 595 - Các điều kiện thanh toán cung cấp cho khách hàng tín dụng.
13 ngày bán hàng xuất sắc - 595 - Chiều dài trung bình của thời gian cần thiết để thu thập các khoản phải thu.

14 lão hóa Lịch - 595 - Một báo cáo cho thấy làm thế nào các tài khoản phải thu dài đã được xuất sắc.
15 Nguyên liệu thô - 600 - Các hàng tồn kho mua từ các nhà cung cấp.
16 Work-In-Process - 600 - Hàng tồn kho trong các giai đoạn hoàn thành.
Hoàn thành 17 Hàng - 600 - Hàng tồn kho đã hoàn thành và sẵn sàng để bán.
18 Chi phí Thực - 600 - Chi phí lưu kho của bạn không được bán.
19 Thứ tự kinh tế lượng (EOQ) - 601 - Số lượng tối ưu nên được đặt hàng để giảm thiểu chi phí hàng tồn kho.
Sắp xếp lại 20 điểm - 605 - Mức độ hàng tồn kho mà tại đó một đơn đặt hàng nên được đặt.
21 Đầu tư Banker - 605 - Một tổ chức underwrites và phân phối các vấn đề mới của chứng khoán.
22 Red-Line Phương pháp - 605 - Một biện pháp kiểm soát hàng tồn kho cho biết khi nào bạn nên mua hàng tồn kho nhiều.
23 Just-In-Time System - 605 - Một phương pháp kinh tế, nhưng không -đầu cơ nguy hiểm của việc duy trì hàng tồn kho.
Gia công phần mềm 24 - 605 - Thực hành mua các thành phần của một sản phẩm chứ không phải là làm cho chúng trong nhà.

ICA và HW 15
Các khoản cho vay sẽ khó khăn hơn để có được sau khi cuộc khủng hoảng tài chính toàn cầu
Trả lời những câu hỏi tiểu luận:
1. Mô tả chu kỳ chuyển đổi tiền mặt.
2. Mô tả ba loại hàng tồn kho.
3. Thảo luận lịch trình lão hóa.
4 Làm thế nào có thể nắm giữ tiền mặt là một lợi thế?

Tài nguyên Internet cho bài này:
Tài liệu tham khảo chung Đối với Tất cả nội dung
http://www.askmrmovies.com
Tín dụng
www.ftc.gov/bcp/menus/consumer/credit.shtm
Kiểm soát hàng tồn kho
www.businesslink.gov.uk/bdotg/action/layer?topicld

Kế hoạch của Tafero Bài học ngày - tài chính - Các khái niệm đầu tư - Mười sáu
Bài 16 - Các khái niệm đầu tư

Đầu tư là một trò chơi với người chiến thắng rõ ràng và kẻ thua
1. Chủ đầu tư - 624 - Cá nhân mua đầu tư bằng tiền tiết kiệm với dự đoán tăng trưởng ổn định.
2 nhà đầu cơ - 624 - Cá nhân chấp nhận rủi ro lớn để đổi lấy khả năng lợi nhuận lớn. Tương tự như cờ bạc.
3. chứng khoán thu nhập - 625 - Đầu tư, chẳng hạn như trái phiếu và cổ phiếu ưu đãi của công ty, cung cấp ổn định cổ tức hoặc lãi suất thanh toán
4 Chi phí giao dịch - 627 - Các chi phí liên quan đến giao dịch chứng khoán thường dưới hình thức hoa hồng.
5 Danh mục đầu tư - 627 - một sự kết hợp của các khoản đầu tư được thiết kế để giảm thiểu rủi ro cho khách hàng.
Phân bổ tài sản 6 - 627 - Tỷ lệ vốn đầu tư trong các chuyên mục của tài sản.
7 môi giới - 629 - Một trung gian hoặc đại lý giúp các nhà đầu tư kinh doanh các công cụ tài chính như cổ phiếu, trái phiếu và các dẫn xuất (quy định tại mạnh mẽ hơn nhiều sau khi cuộc khủng hoảng tài chính toàn cầu)
Công ty môi giới 8 - 629 - một nhóm các nhân viên bán hàng người những ước đoán về các khoản đầu tư.
9 thị trường tự - 630 - An để thực hiện một giao dịch ở mức giá tốt nhất có sẵn.
10 Stop Order - 631 - Lệnh chỉ định giá mà tại đó một trật tự thị trường được bắt đầu.
Lệnh giới hạn 11 - 631 - Một lệnh mua hoặc bán chứng khoán mà không tồi tệ hơn giá quy định.
12 Ngày thứ tự (DO) - 631 - Một hướng dẫn để hủy bỏ một đơn đặt hàng nếu có điều kiện giá không được đáp ứng vào cuối năm kinh doanh một ngày.
13 Tốt Til Hủy (GTC) - 631 - Một hướng dẫn để giữ một trật tự hoạt động cho đến khi những hạn chế giá được đáp ứng hoặc cho đến khi các nhà đầu tư để xoá nó.
14 Fill hoặc Kill thứ tự - 631 - Một hướng dẫn để hủy bỏ một đơn đặt hàng nếu nó không được thực hiện ngay lập tức (hạn ngay lập tức là tương đối, nhưng nói chung có nghĩa là trong một vài phút).
15 Đường - 631 - Một tình huống trong đó chứng khoán được đăng ký với công ty môi giới thay vì các nhà đầu tư cá nhân. Điều này có thể là một nguy cơ bổ sung cho các nhà đầu tư.
16 chứng khoán Ký hiệu - 635 - Các chữ cái đầu kinh doanh của một công ty sử dụng cho các giao dịch.
ICA và HW 16
Thị trường chứng khoán New York là tổ chức tài chính nổi tiếng nhất trên thế giới
Trả lời các câu hỏi tiểu luận sau đây:
1 Làm thế nào là đầu tư chứng khoán tương tự như cờ bạc không?
2 Làm thế nào để cân bằng giúp đỡ một danh mục đầu tư để giảm rủi ro cho nhà đầu tư?
3 Làm thế nào một số công ty môi giới phi đạo đức trong các khuyến nghị của họ?
4 Làm thế nào thời gian của một trật tự thị trường thậm chí mười phút có thể có ảnh hưởng tích cực hoặc tiêu cực đến nhà đầu tư?

Tài nguyên Internet cho bài này:
Tài liệu tham khảo chung Đối với Tất cả nội dung
http://www.askmrmovies.com
New York Stock Exchange
www.nyse.com/
Các công ty môi giới
www.savings-secrets.com/
Kế hoạch Bài Tafero của ngày - Tài chính - Đầu tư tính toán Returns - Seventeen
Bài 17 - Máy tính Trả về đầu tư

Đầu tư không có nghĩa là sự gia tăng lợi nhuận của bạn

1 Dollar trở lại - 639- = Thu nhập nhận được + (Kết thúc Giá trị của một đầu tư - Bắt đầu từ giá trị của một đầu tư) hoặc INC + (P1 - P0).
2 Giai đoạn nắm giữ Return (HPR) - 640 - Sự trở lại kiếm được trong khoảng thời gian mà một sự đầu tư được tổ chức.
3. Cổ tức - 640 - Các phần của tổng lợi nhuận liên quan đến cổ tức chi trả bởi các công ty.
4. Vốn tăng khả năng mất vốn - 640 - Sự thay đổi trong giá trị thị trường của một cổ phiếu.
5. đơn giản số học trung bình trở lại - 641 - Một kỹ thuật forcomputing lợi nhuận trung bình trên một khoản đầu tư tổng từng trở lại và chia số lợi nhuận; không bao gồm lãi kép.
Vốn hóa thị trường 6 - 648 - Tổng giá trị thị trường của cổ phiếu của một công ty được tính bằng cách nhân số lượng cổ phiếu theo giá thị trường trên mỗi cổ phiếu.
7 Bull và Bear Thị trường - 650 - con bò là một thị trường tăng lên, trong khi gấu là một thị trường giảm.
8 Mua và Giữ Chiến lược - 651 - Khi các nhà đầu tư mua chứng khoán với mục đích giữ chúng cho một số năm.
9 Margin Trading - 651 - Cực, mặc dù thay đổi rất nhiều sau cuộc Đại suy thoái năm 1929, vẫn còn là một nhân tố chính trong cuộc khủng hoảng tài chính toàn cầu. Sửa đổi bổ sung đã được thực hiện để giảm tác động của thực hành này. Đây là thực tế vay từ một nhà môi giới một phần của khoản tiền cần thiết để mua một khoản đầu tư.
10 Hypothecation Hiệp - 651 - Một hợp đồng giao khoán để thế chấp cho khoản vay ký quỹ.
11 Margin Call - 653 - Một cuộc gọi từ các nhà môi giới để thêm tiền nhiều hơn một tài khoản sinh lãi.
12 Bảo trì biên - 653 - Chênh lệch thực tế thấp nhất mà các nhà môi giới sẽ cho phép các nhà đầu tư lãi không có bất cứ lúc nào.
13 môi giới vay Rate - 652 - Tỷ lệ tính bởi các nhà môi giới để vay vốn cho giao dịch ký quỹ.
14 Sắp xếp bán hàng - 654 - Một tình huống trong đó một nhà đầu tư vay mượn cổ phiếu của nhà đầu tư khác và sau đó bán nó, nhưng hứa hẹn sẽ thay thế các cổ phiếu vào một ngày sau đó. (Đây là một thực tế nguy hiểm).
15 Downticks và Upticks - 655 - Việc giảm hoặc tăng của giá cổ phiếu từ một thương mại khác. Một đánh dấu vào một trong hai cách nhỏ có thể làm cho sự khác biệt của hàng ngàn đô la trong một đơn đặt hàng lớn.
16 Zero-Thêm đánh dấu - 655 - Một tình huống trong đó giá của thương mại mới nhất bằng giá

của thương mại trước, nhưng vượt quá giá từ một thương mại khác. (Đây là một giả định cho sự gia tăng)

17 shorting Against the Box - 655 - Khi một nhà đầu tư ngắn hạn bán một chứng khoán mà người đó cũng sở hữu. Đây là một hình thức cá cược đối với chính mình.

ICA và HW 17
Đầu tư là một trò chơi cờ bạc tốt nhất còn lại để các chuyên gia
Trả lời các câu hỏi tiểu luận sau đây:
1 Tại sao hiệu suất quá khứ của một chứng khoán có đảm bảo rằng nó sẽ tiếp tục tăng?
2. Tại sao vốn là một trong những biến số quan trọng nhất để bạn có thể xem xét beforeinvesting trong một thị trường chứng khoán?
3. lẻ mua có thể là một thực tế nguy hiểm không?
4. Tại sao là mua và giữ chiến lược không phải là một phương pháp hết sức rõ ràng trong đầu tư?

Tài nguyên Internet cho bài này:
Tài liệu tham khảo chung Đối với Tất cả nội dung
http://www.askmrmovies.com
Vốn hóa thị trường
www.investorwords.com/2969/market_capitalization.html
Margin mua
www.investopedia.com

Bài học 18 - Định giá An ninh và lựa chọn
Một sinh viên Đại học Columbia thực sự đã làm một thử nghiệm với một con khỉ ném phi tiêu vào năm cổ phiếu vượt trội so với hơn 70% của tất cả các lựa chọn nhà môi giới cho năm 2001. (Nguồn: Business Week)

1 Phân tích cơ bản - 669 - Thực hành thực sự nhìn vào báo cáo tài chính được công bố của một công ty trước khi đầu tư.
2 Phân tích kỹ thuật - 669 - Thực hành đặt cược vào cổ phiếu một cách lỏng lẻo dựa trên lý

thuyết vấn đề khác nhau của cung và cầu.
3. kinh doanh Chu kỳ - 670 - phong trào trong hoạt động kinh tế tổng hợp được đo bằng tổng sản phẩm trong nước.
4 Tổng sản phẩm trong nước - 670 - Một biện pháp của tất cả các hàng hóa và dịch vụ sản xuất trong nền kinh tế trong một khoảng thời gian cụ thể.
5. Suy thoái - 671- Hai quý liên tiếp suy giảm kinh tế hay suy giảm trong GDP
6 chỉ số kinh tế hàng đầu thế giới - 672 - các biện pháp kinh tế có xu hướng di chuyển trước khi chuyển động trong chu kỳ kinh doanh.
7 chỉ số kinh tế tụt hậu - 672 - các biện pháp kinh tế có xu hướng di chuyển sau khi chuyển động trong chu kỳ kinh doanh.
8 Chính sách tiền tệ - 675 - Các phương tiện mà một quốc gia ảnh hưởng đến điều kiện kinh tế bằng cách quản lý cung tiền của nó.
9 chính sách tài chính - 675 - chi tiêu của Chính phủ chủ yếu được hỗ trợ bởi khả năng của chính phủ đánh thuế cá nhân và doanh nghiệp.
10 Thâm hụt chi tiêu - 675 - Chi xảy ra khi chính phủ chi tiền nhiều hơn thu nhập từ thuế.
11 Công nghiệp Vòng đời - 677 - Các giai đoạn khác nhau của một ngành công nghiệp liên quan đến tăng trưởng trong doanh số bán hàng và cạnh tranh với các biến.
Tỷ lệ PE 12 - 684 - Một khẩu phần tính bằng cách chia giá thị trường hiện tại trên mỗi cổ phiếu, P0, bởi thu nhập trên mỗi cổ phiếu EPS0.
13 Bar Chart - 688 - Một đồ thị cho biết biến động giá cao, thấp, và đóng cửa cho một cổ phiếu trong một thời hạn nhất định.
14 Trendline - 688 - Một dòng cho biết hướng của phong trào giá cổ phiếu. Các lâu hơn khoảng thời gian tham gia cho việc định hướng dòng, thì tốt hơn cơ hội của bạn rằng chứng khoán sẽ tiếp tục theo hướng đó.
15 Lý thuyết Dow - 689 - Lý thuyết được sử dụng để dự đoán biến động giá căn cứ vào chỉ số Dow Jones công nghiệp và giao thông vận tải trung bình (lý thuyết này đã được chứng minh là rất không đáng tin cậy).
16 Moving Average - 689 - trung bình giá cổ phiếu trong một thời gian nhất định. Tuyệt đối không có chỉ thị hay các yếu tố dự báo giá cho dù chỉ một ngày.
Cổ phiếu tăng trưởng 17 - 692 - Cổ phiếu của công ty có nhiều doanh thu và lợi nhuận khả quan rằng con số tốt hơn mức trung bình ngành công nghiệp.
18 Cổ phiếu Giá trị - 693 - Cổ phiếu của công ty đang bị định giá sai; đặc biệt là những người được định giá thấp bằng cách sử dụng tính toán vốn hóa thị trường.

ICA và HW 18
Tìm Cổ phiếu cao lợi nhuận trong Post-GFC thế giới
Trả lời các câu hỏi tiểu luận sau đây:

1 Tại sao đầu tư vào một thị trường gấu nhiều hơn khó khăn hơn so với đầu tư vào một thị trường Bull?
2 Tại sao các nhà phân tích cơ bản an toàn hơn để sử dụng hơn so với các nhà phân tích kỹ thuật để đầu tư?

3 Tại sao Vốn hóa thị trường vẫn là một trong những yếu tố quan trọng nhất để đầu tư?
4. Tại sao các lý thuyết kỹ thuật vẫn còn hữu ích cho một số đầu tư?

Tài nguyên Internet cho bài này:
Tài liệu tham khảo chung Đối với Tất cả nội dung
http://www.askmrmovies.com
Đầu tư cơ bản
www.investopedia.com/university/fundamentalanalysis/
Đầu tư kỹ thuật
www.investmentweek.co.uk/tag/technical

Phần thứ hai của khóa học Trung cấp Kinh doanh - Bernanke Kinh tế vĩ mô
Arthur H Tafero

Kế hoạch của Tafero Bài học ngày - Bernanke Kinh tế vĩ mô - Tư duy như một nhà kinh tế - Một
Bài 1 tư duy như một nhà kinh tế
1. khan hiếm Nguyên tắc 3 - nếu ai đó có hơn, người khác chỉ còn ít

2. lợi ích chi phí Nguyên tắc 3 - lợi ích unlessthe không có hành động cần được thực hiện ít nhất là bằng với chi phí
Nguyên tắc 3 ưu đãi 3 - Dự đoán về hành vi chủ yếu dựa vào hiểu biết ưu đãi
4. Đo Chi phí 3 - phải ở trong đồng đô la tuyệt đối và không theo tỷ lệ
5 Kinh tế - 4 - nghiên cứu về cách mọi người có những lựa chọn trong điều kiện khan hiếm và kết quả của những sự lựa chọn đối với xã hội
6 thặng dư kinh tế - 6 - Lợi ích của việc tham gia một hành động trừ đi chi phí của nó
7 Chi phí cơ hội - 7 - Giá trị có thể đạt được bằng cách tham gia một hành động trừ đi chi phí của nó

8 Chi phí chìm - 11 - Một chi phí đó là không thể phục hồi khi có quyết định phải được thực hiện
9 Chi phí biên -12 - chi phí thực hiện một hoạt động bổ sung được thêm vào tổng chi phí
10 Marginal Benefit - 12 - mức tăng tổng lợi ích có được từ việc thực hiện một hoạt động bổ sung
Chi phí trung bình 11 - 12 - tổng chi phí của các đơn vị thực hiện X của một hoạt động chia X
12 lợi ích trung bình - 12 - tổng lợi ích của việc thực hiện các đơn vị X ofan hoạt động chia X
13 bản quy phạm kinh tế Nguyên tắc 15 - làm thế nào mọi người nên hành xử thống kê
14. tích cực Nguyên tắc kinh tế 15 - một trong những dự đoán như thế nào mọi người sẽ cư xử
Kinh tế vi mô 15 - 15 - nghiên cứu của sự lựa chọn cá nhân theo sự khan hiếm và hành vi của giá và lượng ở thị trường cá nhân
16 Kinh tế vĩ mô - 15 - nghiên cứu về hoạt động của nền kinh tế quốc gia và các chính sách của chính phủ cố gắng để cải thiện hiệu suất

ICA và HW 1
Trả lời các câu hỏi tiểu luận sau đây
1 Tại sao chúng ta cần đo lường chi phí hoặc lợi ích tuyệt đối bằng đô la thay vì một propotion?
2. Tại sao nên chúng tôi luôn luôn nhận thức được chi phí ẩn?
3 Mô tả lợi ích chi phí phân tích.
4. Thảo luận về Nguyên tắc khan hiếm.

Tài nguyên Internet cho bài học này
Tổng Tham khảo
http://www.askmrmovies.com
Phân tích lợi ích chi phí
Nguyên tắc khan hiếm

Kế hoạch của Tafero Bài học ngày - Bernanke Kinh tế vĩ mô - Chi tiêu, thu nhập và GDP - Hai
Bài 2 - Chi tiêu, thu nhập và GDP
1. Tổng sản phẩm trong nước 38 - (GDP) - giá trị thị trường của hàng hóa và dịch vụ cuối cùng được cung cấp trong một quốc gia trong một thời gian nhất định.
2. Hàng hóa cuối cùng hoặc Dịch vụ - 41 - Hàng hoá, dịch vụ tiêu thụ bởi người sử dụng cuối cùng
3. Hàng Trung cấp hoặc dịch vụ - 41 - Hàng hóa, dịch vụ dùng trong sản xuất hàng hóa và dịch vụ cuối cùng.
4. Vốn Tốt - 42 - một tốt tồn tại lâu dài được sử dụng trong sản xuất hàng hóa và dịch vụ khác. Hàng hóa có thể là mục vật lý thực tế hoặc có thể các dịch vụ được cung cấp bởi các nhà cung cấp mà không yêu cầu và các mặt hàng vật lý.
5 giá trị gia tăng - giá trị thị trường của sản phẩm hoặc dịch vụ của mình trừ đi chi phí đầu vào mua từ các công ty khác - 43. Một ví dụ điển ofvalue chiến lược nói thêm rằng hoạt động trong thị trường hiện đại là của Walmart, trong đó cung cấp chất lượng vừa phải ở một mức giá thấp, từ đó cung cấp chất giá trị gia tăng của người tiêu dùng.

6 tiêu thụ - 46 - chi tiêu của hộ gia đình đối với hàng hóa và dịch vụ như thực phẩm, quần áo và giải trí
Đầu tư 7 - 46 - chi tiêu của công ty đối với hàng hóa và dịch vụ cuối cùng trong lĩnh vực hàng hóa vốn.
8 Chính phủ mua - mua bởi chính phủ liên bang, tiểu bang và địa phương của hàng hóa và dịch vụ cuối cùng.
Xuất khẩu ròng 9 -47 48 - xuất khẩu trừ đi nhập khẩu
10 GDP = tiêu thụ + mua đầu tư + Chính phủ + Xuất khẩu ròng hoặc Y = C + I + G + NX
11 Bất GDP - 51 - một thước đo GDP, trong đó số lượng sản xuất có giá trị giá của năm cơ sở chứ không phải theo giá thực tế
12 danh nghĩa GDP - 51 - một thước đo GDP, trong đó số lượng sản xuất có giá trị với giá năm nay.

ICA và HW 2
Trả lời những câu hỏi tiểu luận
1. Thảo luận về sự khác biệt giữa GDP danh nghĩa và thực tế.
2 Làm thế nào để chúng tôi tính toán công thức cho GDP?
3. Thảo luận về sự khác biệt giữa hàng hóa cuối cùng và các dịch vụ và hàng hóa trung gian và dịch vụ.
4 Điều gì sẽ là một số loại mua sắm chính phủ?

Tài nguyên Internet cho bài học này
Tổng Tham khảo
http://www.askmrmovies.com
GDP

Hàng hóa thức so với hàng hóa Trung cấp

Kế hoạch của Tafero Bài học ngày - Bernanke Kinh tế vĩ mô - Lạm phát và giá Cấp - Ba
Bài 3 - Lạm phát và giá Levels
1 Chỉ số giá tiêu dùng (CPI) - 66 - biện pháp chi phí của một giỏ tiêu chuẩn hàng hóa trong một thời gian quy định trên và trên chi phí của các sản phẩm tương tự từ thời gian quy định ngay lập tức trước
2 Chỉ số giá - 68 - mức giá trung bình của một tầng lớp nhất định của hàng hóa, dịch vụ
3. Tỷ lệ lạm phát - 68 - tỷ lệ phần trăm hàng năm của sự thay đổi trong mức giá của hàng hóa và dịch vụ
4 Giảm phát - 69 - một hiện tượng hiếm thấy trong những mức giá đi xuống.
5. danh Số lượng - 70 - một số lượng được tính theo giá trị đồng USD hiện nay. Ví dụ: thu nhập

công việc là 30K vào năm 2011, sau đó 31k vào năm 2012
6 Bất Số lượng - 70 - một số lượng được đo bằng vật lý liên quan đến chỉ số CPI. Ví dụ: nếu chỉ số CPI đã tăng 10% trong năm 2012, thì thu nhập thực sự của bạn cho năm 2012 chỉ 28K
7 Delating - 70 - quá trình phân chia một số lượng danh nghĩa của chỉ số aprice như chỉ số CPI thể hiện số lượng về giá trị thực.
8 Bất lương - 71 - Tiền lương trả cho người lao động được đo bằng điện hoặc điều kiện thực tế mua.
9 chỉ mục - 72 - thực hành tăng một số lượng danh nghĩa từng thời kỳ một số tiền bằng tỷ lệ tăng của CPI.
10 Giá Cấp - 76 - một thước đo của mức độ tổng thể của giá cả tại một điểm cụ thể trong thời gian được đo bằng chỉ số giá như chỉ số CPI
Giá tương đối 11 - 76 - Giá cả của một hàng hóa hoặc dịch vụ nhất định so với giá hàng hóa và dịch vụ khác.
Siêu lạm phát 12 - 82 - Một tình huống trong đó tỷ lệ lạm phát là rất cao.
13. giá Bất lãi vay - 84 - tỷ lệ tăng hàng năm sức mua của một tài sản tài chính. Nhà cũ trị giá 100.000 trong năm 2011 và bây giờ 102.000 sau khi lạm phát yếu tố
14 Lãi suất danh nghĩa -84 - sự gia tăng tỷ lệ phần trăm hàng năm trong sự gia tăng đáng kể trong giá trị danh nghĩa của một tài sản tài chính nhà Ex trị giá 100.000 trong năm 2011 trị giá 105.000 giờ trên thị trường, nhưng chỉ có giá trị 102.000 đô la thật.
trái phiếu 15 Lạm phát-bảo vệ - 86 - trái phiếu trả lãi suất danh nghĩa hàng năm tương đương với một cộng với mức đánh giá thực tế cố định lạm phát năm đó.
16 Fisher Effect - 87 - lãi suất cao khi lạm phát cao và thấp khi lạm phát thấp.

ICA và HW 3
Trả lời các câu hỏi tiểu luận sau đây
1. Thảo luận về so sánh lãi suất danh nghĩa và thực tế
2. Thảo luận về mối quan hệ của các mức giá để giá tương đối
3. Thảo luận về so sánh tiền lương danh nghĩa để tiền lương thực tế.
4. Thảo luận về mối quan hệ của chỉ số giá đến lạm phát

Tài nguyên Internet cho bài học này
Tổng Tham khảo
http://www.askmrmovies.com
Tiền lương danh nghĩa và Real
Chỉ số giá tiêu dùng

Kế hoạch của Tafero Bài học ngày - Bernanke Kinh tế vĩ mô - lương và thất nghiệp - Bốn
Bài 4 - lương và thất nghiệp
1 Bất lương Trend - 94
a. Trong thế kỷ 20, tất cả các nước công nghiệp đã tăng trưởng lương thực tế

b. Từ những năm 1970, tăng lương thực tế đã chậm lại
c. 20 năm qua đã mang lại một sự gia tăng rõ rệt trong sự bất bình đẳng tiền lương ở Mỹ và nhiều quốc gia công nghiệp khác.
2 xu hướng thất nghiệp - 95
a. Trong các nước công nghiệp khác của Hoa Kỳ và nhiều các nominalnumber của những người có công ăn việc làm đã phát triển đáng kể trong 20 năm qua.
b. Đồng thời, các nước Tây Âu có tỷ lệ thất nghiệp cao trong khoảng thời gian tương tự (điều này được kết nối với lương hưu trước đó và hệ thống hưu trí của các quốc gia)
3. giảm dần trở về để lao động - 96 - nếu số lượng vốn và các đầu vào khác không đổi, thì lớn hơn số lượng lao động đã có việc làm, người lao động ít bổ sung sẽ thêm vào sản xuất
4. cong Nhu cầu về lao động - 98 - đường cong nhu cầu lao động là hướng xuống dưới dốc. Cao hơn mức lương, công nhân ít sử dụng lao động sẽ thuê.
5. Cung cấp lao động - 102 - đường cung lao động dốc lên vì cao hơn mức lương, càng có nhiều người sẵn sàng làm việc
6 công nhân di động - 108 - sự chuyển động của người lao động giữa các công việc, các công ty và các ngành công nghiệp.
7 kỹ năng dựa trên công nghệ Thay đổi - 109 - thay đổi công nghệ có ảnh hưởng đến các sản phẩm biên của lao động có tay nghề cao khác nhau từ những người lao động có tay nghề thấp.
8 Lực lượng lao động - 111 - tổng số người có việc làm và thất nghiệp trong nền kinh tế.
9 Tỷ lệ thất nghiệp - 111 - số lượng người thất nghiệp chia cho lực lượng lao động
Tỷ lệ tham gia 10 - 111 - tỷ lệ dân số trong độ tuổi lao trong lực lượng lao động.
Kết cấu thất nghiệp 11 - 115 - dài hạn và tỷ lệ thất nghiệp kinh niên không phụ thuộc vào điều kiện của nền kinh tế.
12 chu kỳ thất nghiệp - 116 - tỷ lệ thất nghiệp thêm xảy ra trong thời kỳ suy thoái kinh tế.

ICA và HW 4
Trả lời các câu hỏi tiểu luận sau đây
1 So sánh tỷ lệ thất nghiệp cơ cấu thất nghiệp theo chu kỳ.
2 So sánh việc cung cấp và nhu cầu lao động trong các điều khoản của các đường cong.
3 Mô tả sự khác biệt giữa tỷ lệ tham gia và tỷ lệ thất nghiệp.
4. Thảo luận về xu hướng thất nghiệp và xu hướng tiền lương thực tế hiện nay ở nước bạn.

Tài nguyên Internet cho bài học này
Tổng Tham khảo
http://www.askmrmovies.com
Xu hướng thất nghiệp
Xu hướng lương thực

Kế hoạch của Tafero Bài học ngày - Bernanke Kinh tế vĩ mô - Tăng trưởng kinh tế và tiết kiệm - Năm
Bài 5 - Tăng trưởng kinh tế và tiết kiệm

1 Giá trị của một đồng tiền là tương đương với tỷ lệ phần trăm sản lượng cá nhân của một người trong một quốc gia được so sánh với con người của một quốc gia khác. Ví dụ đầu ra của người Mỹ trung bình lớn hơn sản lượng của Trung Quốc một lần trung bình khoảng sáu rưỡi. Do đó, giá trị của sáu rưỡi đô la của Trung Quốc (RMB) chỉ bằng khoảng 1 $.
2. Trung bình năng suất lao động - 136 - đầu ra của mỗi công nhân làm việc
3. Compound lãi vay - 133 - việc trả lãi không chỉ trên các khoản tiền gửi ban đầu, nhưng trên tất cả các lợi ích khác.
4. nguồn nhân lực - 239 - một hỗn hợp của các yếu tố như giáo dục, đào tạo, kinh nghiệm, thông minh, năng lượng, thói quen làm việc, tin cậy, sáng kiến, và những người khác có ảnh hưởng đến giá trị của sản phẩm biên của người lao động.
5. giảm dần trở về với Thủ đô - 141 - Nếu số lượng lao động và các đầu vào khác không đổi, thì lớn hơn số vốn đã được sử dụng, các đơn vị thêm ít vốn thêm vào sản xuất.
6 Doanh nhân - 144 - những người tạo ra các doanh nghiệp kinh tế mới
7 tiết kiệm - 163 - hiện chi tiêu trừ thu nhập trên nhu cầu hiện tại
8 tỷ lệ tiết kiệm - 163 - Tiết kiệm chia cho thu nhập
9 Wealth - 163 - giá trị của tài sản trừ đi nợ
10 tài sản - 163 - bất cứ điều gì có giá trị mà ai sở hữu
Nợ phải trả 11 - 163 - các khoản nợ ai nợ
12 Cân đối kế toán - 163 - danh sách các đơn vị kinh tế của tài sản và nợ phải trả
13 Flow - 164 - một biện pháp được xác định trên một đơn vị thời gian
14 chứng khoán - 164 - một biện pháp được quy định tại một thời điểm
15 Vốn Lãi - 165- gia tăng giá trị của tài sản hiện có
16 Capital thiệt hại - 165 - giảm trong giá trị của tài sản hiện có

ICA và HW 5
Trả lời các câu hỏi tiểu luận sau đây
1. Thảo luận về nguồn nhân lực.
2. Thảo luận giảm dần vốn
3. Thảo luận về tác động của lãi suất kép cả về tiết kiệm và nợ
4. Thảo luận các vấn đề về năng suất trong mối quan hệ với các nước khác

Tài nguyên Internet cho bài học này
Tổng Tham khảo
http://www.askmrmovies.com
Hợp chất lãi
Năng suất

Kế hoạch của Tafero Bài học ngày - Bernanke Kinh tế vĩ mô - Tiết kiệm quốc gia, đầu tư và vốn - Sáu

Bài 6 - quốc gia tiết kiệm, đầu tư và vốn

1 quốc gia tiết kiệm - 168 - tiết kiệm của toàn bộ nền kinh tế, tương đương với GDP chi tiêu thụ ít hơn và mua sắm chính phủ của hàng hóa và dịch vụ.

2. Chuyển Tiền - 169- thanh toán chính phủ làm cho công chúng mà nó không nhận được hàng hóa hoặc dịch vụ hiện tại

3 cá nhân tiết kiệm - 169 - tiết kiệm của khu vực tư nhân của nền kinh tế là tương đương với thu nhập sau thuế của các khoản chi tiêu thụ trừ khu vực tư nhân. Đây là một phần cực kỳ quan trọng của khả năng của một quốc gia để cân đối ngân sách; cũng như tiết kiệm như là một gia đình trung bình là quan trọng đối với gia đình để làm cho tiến bộ kinh tế.

4. hồ tiết kiệm - 169 - tiết kiệm của khu vực chính phủ bằng tiền thuế ròng trừ đi mua sắm chính phủ. Điều này có nghĩa rằng chính phủ sẽ thận trọng khi chi tiêu tiền thuế.

5. Ngân sách Chính phủ thặng dư - 170 - phần chênh lệch thu thuế của chính phủ trong chi tiêu chính phủ. Thay vì chỉ nói dối để cho số tiền này vào ngân hàng, đó là đôi khi tốt hơn để tái đầu tư các khoản tiết kiệm trong các dự án tích cực hơn sẽ tiết kiệm tiền trong thefuture. Đây có thể bao gồm chi phí đầu tư cho việc cải thiện cơ sở hạ tầng, vận chuyển, mà sẽ bổ sung thêm tiền thuế cho cơ sở thuế.

6 Ngân sách nhà nước thâm hụt - 170 - phần chênh lệch chi tiêu chính phủ trong thu thuế. Điều này luôn luôn phải được giữ ở mức tối thiểu là lãi suất trả cho số tiền này không phục vụ cho bất cứ mục đích tích cực nào trong nền kinh tế.

7 tiết kiệm trong chu kỳ sản - 173 - tiết kiệm để đáp ứng mục tiêu dài hạn như hưu trí, một ngôi nhà

8 phòng ngừa tiết kiệm - 173 - tiết kiệm để bảo vệ chống lại những thất bại bất ngờ như mất việc làm hoặc các vấn đề y tế

9 tiết kiệm Bequest - 173 - Tiết kiệm được thực hiện với mục đích để lại thừa kế

10 lấn át - 184 - xu hướng gia tăng thâm hụt ngân sách của chính phủ cắt giảm chi tiêu đầu tư.

ICA và HW 6

Trả lời các câu hỏi tiểu luận sau đây

1. Thảo luận về tiết kiệm quốc gia. Làm thế nào để tiết kiệm quốc gia ảnh hưởng đến nền kinh tế quốc gia?

2 So sánh tiết kiệm tư nhân và công cộng

3 So sánh thặng dư và thâm hụt ngân sách của Chính phủ và những tác động của chúng đối với nền kinh tế.

4. Thảo luận về các khái niệm về lấn át. Làm thế nào điều này có thể ảnh hưởng xấu đến nền kinh tế của một quốc gia?

Tài nguyên Internet cho bài học này

Tổng Tham khảo

http://www.askmrmovies.com

Tràn ngập Out

Hậu quả thâm hụt của chính phủ

Kế hoạch của Tafero Bài học ngày - Bernanke Kinh tế vĩ mô - Hệ thống tài chính, tiền, và giá cả - Bảy

Bài 7 - Các hệ thống tài chính, tiền tệ và giá

1. tài chính trung gian 192 - công ty mở rộng tín dụng cho khách hàng vay sử dụng vốn huy động từ người tiết kiệm.
2. Bond 194 - một lời hứa pháp lý để trả nợ, thường bao gồm cả số tiền gốc và thanh toán lãi suất thông thường.
3. Số tiền chính 194 - số tiền ban đầu cho vay
4. trưởng thành ngày 194 - ngày mà tại đó hiệu trưởng sẽ được hoàn trả
5. Coupon thanh toán 194 - thanh toán lãi suất thường xuyên về sở hữu trái phiếu
6 Coupon Rate 194 - lãi suất hứa khi trái phiếu được ban hành: các khoản thanh toán lãi hàng năm bằng với lãi suất lần số tiền gốc của trái phiếu.
7 chứng khoán (cổ phiếu) 196 - một tuyên bố quyền sở hữu một phần của một công ty
8 cổ tức 196 - thanh toán thường xuyên nhận được các cổ đông cho mỗi cổ phần mà họ sở hữu
9 Yếu tố rủi ro 198 - tỉ lệ lợi nhuận mà các nhà đầu tư tài chính yêu cầu giữ tài sản rủi ro trừ đi tỷ suất lợi nhuận trên tài sản an toàn
10 Đa dạng hóa 199 - thực hành truyền bá sự giàu có của một người qua một loạt các khoản đầu tư tài chính khác nhau để giảm thiểu rủi ro tổng thể
11 Mutual Fund 201 trung gian tài chính-một bán cổ phiếu của riêng mình cho công chúng, sau đó sử dụng nguồn vốn huy động để mua một loạt các tài sản tài chính (cổ phiếu thường)
12 tiền 201 - bất kỳ tài sản có thể được sử dụng khi mua
13 Trung bình giá ngoại tệ 202 - một tài sản được sử dụng trong mua bán hàng hóa và dịch vụ
14 Barter 202 - thương mại trực tiếp của hàng hoá, dịch vụ đối với hàng hoá, dịch vụ khác
15 đơn vị của Tài khoản 202 - một biện pháp cơ bản của giá trị kinh tế
16 cửa hàng của giá trị 202 - một tài sản mà phục vụ như một phương tiện để tổ chức giàu có
17 M1 203 - khoản tiền nợ và số dư trong tài khoản tổ chức kiểm tra
18 M2 203 - tất cả các tài sản trong M1 cộng với một số tài sản khác có thể sử dụng trong thanh toán nhưng với chi phí lớn hơn hoặc bất tiện hơn tiền tệ hoặc kiểm tra
19 dự trữ tiền gửi tỷ lệ 206 - Quỹ dự trữ ngân hàng chia cho người gửi tiền
20 Fractional-dự trữ hệ thống ngân hàng 206 - một hệ thống ngân hàng, trong đó dự trữ ngân hàng ít mà tiền gửi để các tỷ lệ dự trữ tiền gửi ít hơn 100 phần trăm
21 Hệ thống Dự trữ Liên bang (FED) 210 - ngân hàng trung ương của Hoa Kỳ
22 mua thị trường mở 211 - mua trái phiếu chính phủ từ công chúng bởi FED với mục đích tăng nguồn cung dự trữ ngân hàng và cung tiền
23 ban thị trường mở 211 - bán của FED trái phiếu Chính phủ cho công chúng cho các mục đích giảm thiểu dự trữ ngân hàng và cung tiền
24 thị trường mở hoạt động 211 - mua thị trường mở và bán hàng thị trường mở
25 vận tốc 212 - tốc độ mà tiền thay đổi tay trong các giao dịch liên quan đến hàng hóa và dịch vụ cuối cùng

ICA và HW 7
Trả lời các bài tiểu luận sau đây
1. Thảo luận về thị trường mở.
2. Thảo luận M1 và M2 tính toán.
3. Thảo luận Đa dạng hóa.
4. Thảo luận tổ chức trung gian tài chính.

Tài nguyên Internet cho bài học này
Tổng Tham khảo
http://www.askmrmovies.com
Đa dạng hóa

Trung gian tài chính

Kế hoạch của Tafero Bài học ngày - Bernanke Kinh tế vĩ mô - ngắn hạn, biến động kinh tế - Tám
Bài 8 - Những biến động kinh tế ngắn hạn
1. suy thoái 225 - giai đoạn mà nền kinh tế đang phát triển với một tốc độ đáng kể dưới mức bình thường. Suy thoái được coi là một cải tiến so với áp thấp, nhưng một bước trở lại từ mở rộng.
2. khủng hoảng 225 - suy thoái kinh tế đặc biệt nghiêm trọng hoặc kéo dài. Độ dài của trầm cảm có thể ảnh hưởng nghiêm trọng nền kinh tế quốc gia.
3 đỉnh 226 - khởi đầu của một cuộc suy thoái; điểm cao trước khi suy thoái
4. Trough 226 - ở phần cuối của một cuộc suy thoái; điểm thấp của hoạt động kinh tế trước khi phục hồi
5. mở rộng 227 - giai đoạn mà nền kinh tế đang tăng trưởng với tốc độ cao hơn bình thường

đáng kể. Tỷ lệ này không thể được duy trì trong một số kéo dài nhiều năm mà không gây ra một số thiệt hại tài sản thế chấp.

6 Boom 227 - một sự mở rộng đặc biệt mạnh mẽ và kéo dài

7 Sản lượng tiềm năng Y 231 - số lượng bền vững tối đa sản lượng (GDP) mà một nền kinh tế có thể sản xuất

8 Output Gap Y 232 - sự khác biệt giữa sản lượng thực tế của nền kinh tế và sản lượng tiềm năng của nó như là một điểm trong thời gian

9 suy thoái Gap 232 - một khoảng cách sản lượng tiêu cực, xảy ra khi sản lượng tiềm năng vượt quá sản lượng thực tế. Đây là một naturaloccurrence, kể từ khi người dân có xu hướng chi tiêu ít hơn trong thời kỳ suy thoái.

10 nói Gap 232 - một khoảng cách đầu ra tích cực, xảy ra khi sản lượng thực tế cao hơn so với sản lượng tiềm năng. Đây là một naturaloccurrence, vì dân thường chi tiêu nhiều hơn trong giai đoạn mở rộng.

11 Tỷ lệ thất nghiệp tự nhiên 233 - một phần của tổng số tỷ lệ thất nghiệp là do tỷ lệ thất nghiệp ma sát và cơ cấu. Con số này phải được thêm vào con số thiếu việc làm để có được một cái nhìn thực tế hơn về tốc độ thực sự của thất nghiệp ở bất kỳ nước nào.

12 Okun của Luật 295 - mỗi điểm phần trăm thêm thất nghiệp theo chu kỳ có liên quan đến về một điểm 2 phần trăm gia tăng khoảng cách đầu ra.

ICA và HW 8
Trả lời các bài tiểu luận sau đây:
1. Thảo luận Luật Okun của.
2. Thảo luận về đầu ra, suy thoái, và khoảng trống nói.
3. Thảo luận về sự khác biệt giữa suy thoái và áp thấp.
4. Thảo luận về tỷ lệ thất nghiệp tự nhiên.

Tài nguyên Internet cho bài học này
Tổng Tham khảo
http://www.askmrmovies.com
Suy thoái kinh tế và khủng hoảng

Tỷ lệ thất nghiệp tự nhiên

Bài học Nine - thi giữa kỳ

Kế hoạch của Tafero Bài học ngày - Bernanke Kinh tế vĩ mô - nền kinh tế Mô phỏng - Bài học Ten
Bài 10 - mô phỏng cho nền kinh tế quốc gia
1 Mỗi học sinh sẽ được chỉ định (ngẫu nhiên) một quốc gia. Mỗi quốc gia sẽ có một cuộc khủng hoảng tài chính cụ thể mà sẽ phải được giải quyết bằng cách thay đổi trong chính sách kinh tế khác nhau. Một số các cuộc khủng hoảng sẽ được dựa trên thực tế xảy ra trong lịch sử và những người khác sẽ được hoàn toàn hư cấu. Học sinh sẽ kiến nghị với các nhà lãnh đạo của

mỗi quốc gia để điều chỉnh các yếu tố kinh tế như lãi suất và kiểm soát lạm phát. Các vấn đề khác có thể là một thời gian xuất hiện thảm họa mà tàn phá nền kinh tế hiện nay. Thất nghiệp tràn lan, nợ quốc gia áp đảo, chiến tranh, dịch bệnh lớn, động đất, lũ lụt, suy thoái, khủng hoảng, và các sự kiện tác động tiêu cực khác sẽ có khả năng áp dụng cho từng quốc gia. Giảng viên có thể lựa chọn để đưa đội kinh tế cùng cho mô phỏng này hoặc có mỗi học sinh được hoàn toàn một mình trong mô phỏng của họ.

2 Các biến số được xem xét bởi các cá nhân hoặc nhóm nghiên cứu:
a. Lãi suất - mức giá thấp hơn = dễ dàng tiếp cận vốn vay, lãi suất cao hơn làm giảm truy cập
b. Lạm phát - lạm phát thấp có thể là một dấu hiệu của tình trạng trì trệ, lạm phát cao, một dấu hiệu của một nền kinh tế quá nóng hoặc một trong đó được chia nhỏ.
c. Thất nghiệp - tỷ lệ thất nghiệp thấp thường chỉ ra một nền kinh tế lành mạnh, trong khi tỷ lệ thất nghiệp cao thường suy nhược đến một nền kinh tế.
d. Ổn định chính trị - chính phủ không ổn định có xu hướng có nền kinh tế không ổn định
e. Giá trị tiền tệ - đồng tiền mạnh phải được cân bằng với sự đa dạng hóa
f. Nợ quốc gia - nên được giữ ở mức tối thiểu cho đến khi một thặng dư có thể đạt được
g. Cuộc chiến tranh - thường gây bất lợi cho nền kinh tế
h. Dịch bệnh - gây bất lợi cho tất cả các cấp của nền kinh tế
i. Động đất - có thể tàn phá một nền kinh tế (Nhật Bản)
j. Lũ lụt - phải được kiểm soát như Ấn Độ và Trung Quốc để giảm ảnh hưởng đến nền kinh tế
k. Suy thoái - chu kỳ tự nhiên trong kinh doanh
l. Áp thấp - một sự xuất hiện bất thường trong chu kỳ tự nhiên của doanh nghiệp
m. Nhà trợ quá mức hoặc dịch vụ xã hội - cống liên tục trên các nền kinh tế lành mạnh
n. Quá mức chi tiêu quân sự - cống liên tục trên các nền kinh tế lành mạnh

3 sinh viên hoặc các đội sẽ có một tuần để đưa ra các giải pháp cho các vấn đề tình huống của mỗi nước.
4. giảng viên sẽ đánh giá các giải pháp của học sinh hoặc nhóm dựa trên một ứng dụng hợp lý các nguyên tắc kinh tế vĩ mô được áp dụng cho tình hình.

ICA và HW 10
Trả lời các bài tiểu luận sau đây:
1 Làm thế nào bạn sẽ thay đổi lãi suất để kiềm chế lạm phát?
2 Làm thế nào bạn có thể làm giảm nợ quốc gia (bất kỳ nước nào)?
3 Làm thế nào bạn có thể sửa chữa lương hưu quá mức và các dịch vụ xã hội?
4 Làm thế nào bạn có thể sửa chi tiêu quân sự quá mức?
Tài nguyên Internet cho bài học này
Tổng Tham khảo
http://www.askmrmovies.com

Giảm nợ quốc gia

Giảm chi tiêu quân sự

Kế hoạch Bài Tafero của ngày - Bernanke Kinh tế vĩ mô - Chi - Eleven

Bài 11 - Chi tiêu và đầu ra trong ngắn Run

1 đơn giá 246 - chi phí của giá thay đổi
2 Kế hoạch tổng hợp chi tiêu 247 - tổng chi tiêu theo kế hoạch đối với hàng hóa và dịch vụ cuối cùng
3 chức năng tiêu thụ 250 - chi betweenconsumption mối quan hệ và các yếu tố như thu nhập
4. tiêu thụ tự trị 250 - chi tiêu tiêu dùng mà không liên quan đến mức thu nhập dùng một lần
5. Wealth Effect 250 - xu hướng thay đổi về giá tài sản ảnh hưởng đến sự giàu có của hộ gia đình và do đó chi tiêu tiêu dùng của họ
6 xu hướng biên để tiêu thụ 251 - số tiền bằng whichconsumption tăng lên khi thu nhập tăng lên một lần $ 1
7 tự trị chi tiêu 253 - một phần của kế hoạch aggregateexpenditure đó là độc lập với sản lượng
8 chi cảm ứng 254 - một phần của kế hoạch aggregateexpenditure mà phụ thuộc vào sản lượng Y.
9 Chi Đường 254 - một dòng cho thấy mối quan hệ giữa kế hoạch chi tiêu tổng hợp và đầu ra
10 ngắn hạn sản lượng cân bằng 255 - mức sản lượng mà tại đó Y bằng từ kế hoạch tổng chi tiêu (PAE); sản lượng ngắn hạn trạng thái cân bằng là mức sản lượng mà chiếm ưu thế trong khoảng thời gian trong đó giá được xác định trước
11 thu nhập-chi tiêu Multiplier 262 - tác động của một sự gia tăng một đơn vị trong chi tiêu tự chủ về ngắn hạn sản lượng cân bằng
12 chính sách ổn định 263 - chính sách của chính phủ được sử dụng để ảnh hưởng đến kế hoạch chi tiêu tổng hợp, với mục tiêu loại bỏ những khoảng trống đầu ra
13 chính sách nới 263 - hành động chính sách của chính phủ được thiết kế để tăng chi tiêu kế hoạch và đầu ra
14 chính sách co 263 - hành động chính sách của chính phủ được thiết kế để giảm chi tiêu kế hoạch và đầu ra.
15 ổn định tự động 270 - quy định của pháp luật có ngụ ý đưa tự động tăng chi tiêu chính phủ hoặc giảm thuế khi sản lượng thực tế giảm

ICA và HW 11
Trả lời các câu hỏi tiểu luận sau đây
1. Thảo luận về ổn định tự động.
2. Thảo luận co thắt, mở rộng và chính sách bình ổn.
3. Thảo luận về nhân thu nhập-chi tiêu.
4. Thảo luận về các dòng chi phí, chi phí gây ra và chi phí tự trị.

Tài nguyên Internet cho bài học này
Tổng Tham khảo
http://www.askmrmovies.com

Kinh tế tự động ổn định

Thu nhập-chi tiêu Multiplier

Kế hoạch của Tafero Bài học ngày - Bernanke Kinh tế vĩ mô - Ổn định một nền kinh tế - Mười hai

Bài 12 - Ổn định nền kinh tế và vai trò của FED
1 Hệ thống Dự trữ Liên bang 286 - Ngân hàng Trung ương của Hoa Kỳ; còn được gọi là FED
2 Hội đồng Thống đốc 287 - Các lãnh đạo của FED, bao gồm bảy đốc do Chủ tịch bổ nhiệm làm chao đảo 14 năm điều kiện.
3 Ủy ban thị trường mở liên bang (FOMC) -287 - Các committeethat đưa ra quyết định liên quan đến chính sách tiền tệ.
4 ngân hàng hoảng loạn 288 - Một tình huống trong đó tin tức hay tin đồn về việc phá sản sắp xảy ra của một hoặc nhiều ngân hàng dẫn người gửi tiền ngân hàng để vội vàng để rút tiền của họ. (Bây giờ tất cả các quỹ lên đến $ 100,000 mỗi người được bảo hiểm bởi FDIC, có nghĩa là nó là một ý tưởng tốt để có nhiều tài khoản ngân hàng tại số tiền mà tại nhiều ngân hàng khác nhau)
5. bảo hiểm tiền gửi 290 - một hệ thống mà theo đó chính phủ đảm bảo rằng người gửi tiền sẽ không mất tiền của họ.
6 Liên bang Quỹ Tỷ giá 291 - mức lãi suất thương mại bankscharge nhau cho các khoản vay ngắn hạn.
Quy tắc 7 Chính sách tiền tệ 301 - mô tả cách một ngân hàng trung ương sẽ hành động để đáp ứng với những thay đổi trong trạng thái của nền kinh tế.
8 mục tiêu tỷ lệ lạm phát 301 - Mục tiêu dài hạn của FED cho lạm phát
9 mục tiêu tỷ lệ lãi suất thực 301 - dài hạn mục tiêu của FED cho lãi suất thực
10 danh mục đầu tư quyết định phân bổ 304 - quyết định về hình thức, trong đó để giữ sự giàu có của một người
11 Nhu cầu tiền 304 - số lượng của cải cá nhân lựa chọn để tổ chức dưới hình thức tiền.
12 tiền Nhu cầu cong 305 - Hiển thị các mối quan hệ giữa số lượng tổng hợp của tiền yêu cầu M và tỷ lệ doanh nghiệp danh nghĩa, i.
Giảm giá 13 cửa sổ cho vay 312 - cho vay dự trữ của Cục Dự trữ Liên bang cho các ngân hàng thương mại.
14 Giảm giá (tỷ lệ tín dụng chính) 312 - lãi suất mà FED phí ngân hàng thương mại vay dự trữ.
Yêu cầu dự trữ 15 313 - các giá trị tối thiểu theo quy định của FED cho tỷ lệ tiền gửi ngân hàng, các ngân hàng thương mại được phép duy trì.

ICA và HW 12
Trả lời các câu hỏi tiểu luận sau đây
1. Thảo luận Curve Nhu cầu tiền.
2. Thảo luận về tầm quan trọng của Bảo hiểm tiền gửi (FDIC).
3. Thảo luận về sự phức tạp của danh mục đầu tư quyết định phân bổ.
4. Thảo luận của Ủy ban thị trường mở liên bang.

Tài nguyên Internet cho bài học này
Tổng Tham khảo

http://www.askmrmovies.com

Nhu cầu tiền đường cong

Ủy ban Thị trường Mở Liên bang

Kế hoạch Bài Tafero của ngày - Bernanke Kinh tế vĩ mô - Tổng cung và cầu và chính sách kinh tế vĩ mô - Mười ba
Bài 13 - Tổng cầu và cung cấp
1. Long-Run Tổng Cung (LRAS) Đường dây 324 - một đường thẳng đứng cho thấy sản lượng tiềm năng của nền kinh tế (Y).
2. ngoại sinh thay đổi trong chi tiêu 327 - thay đổi trong chi tiêu kế hoạch mà không phải là do những thay đổi về sản lượng hoặc tỷ lệ realinterest
3. Thắt chặt chính sách tiền tệ 329 - một tình huống mà FED làm giảm mục tiêu lâu dài của nó đối với tỷ lệ lạm phát
4. giản hóa chính sách tiền tệ 329 - một tình huống mà FED đặt ra mục tiêu lâu dài của nó đối với tỷ lệ lạm phát.
5 Tổng Cung Curve (ASC) 331 - cho thấy mối quan hệ giữa sản lượng cân bằng ngắn hạn và Y và lạm phát.
Lạm phát 6 sốc -336 - một sự thay đổi đột ngột trong hành vi bình thường của lạm phát
7. dài chạy cân bằng - 337 - tình huống mà đầu vào thực tế bằng với sản lượng tiềm năng và lạm phát thực tế bằng lạm phát dự kiến và mục tiêu lạm phát của FED.
8 ngắn chạy cân bằng - 337 - tình huống mà có hoặc là một khoảng cách mở rộng hoặc một khoảng cách suy thoái.
9 Tổng sốc Cung - 346 - hoặc là một cú sốc lạm phát hoặc một cú sốc đối với sản lượng tiềm năng.

ICA và HW 13
Trả lời các câu hỏi tiểu luận sau đây
1. Thảo luận về dài Run Tổng Cung
2 So sánh Thắt chặt chính sách tiền tệ để giản hóa chính sách tiền tệ.
3. Thảo luận về Tổng Cung Curve.
4 So sánh dài Run cân bằng với ngắn Run cân bằng

Tài nguyên Internet cho bài học này
Tổng Tham khảo
http://www.askmrmovies.com

Dài Run Tổng Cung

Tổng cung đường cong

Bài 14 - Chính sách kinh tế vĩ mô
1. lạm 357 - giảm đáng kể trong tỷ lệ lạm phát
2. Chính sách Điều tiết 359 - một chính sách cho phép các tác động của một cú sốc xảy ra
3. Neo lạm phát kỳ vọng 363 - khi kỳ vọng của người dân về lạm phát trong tương lai không thay đổi ngay cả khi lạm phát chỉ là tạm thời
4 lõi Tỷ lệ lạm phát 365 - tỷ lệ tăng giá của tất cả ngoại trừ năng lượng và thực phẩm
5 Uy tín của chính sách tiền tệ 366 - mức độ mà công chúng tin rằng lời hứa của ngân hàng trung ương để giữ lạm phát thấp, ngay cả khi làm như vậy có thể áp dụng chi phí kinh tế ngắn hạn.
6 ngân hàng trung ương độc lập 367 - khi ngân hàng trung ương được cách nhiệt từ những cân nhắc chính trị ngắn hạn và được phép có một cái nhìn dài hạn của nền kinh tế
7 Cung cấp-Side Chính sách 372 - Một chính sách có ảnh hưởng đến sản lượng tiềm năng
8 biên Thuế suất 373 - số tiền mà thuế tăng lên khi trước thuế thu nhập tăng lên bởi một đô la
9 Thuế suất trung bình 373 - tổng số thuế chia cho tổng thu nhập trước thuế
10 Bên trong lag 378 - sự chậm trễ giữa ngày một thay đổi chính sách là cần thiết và ngày thực tế nó được thực hiện
11 Bên ngoài Lag 379 - sự chậm trễ giữa ngày một thay đổi chính sách được thực hiện và dateby mà hầu hết các ảnh hưởng của nó đến nền kinh tế đã xảy ra

ICA và HW 14
Trả lời các bài tiểu luận sau đây
1. Thảo luận về sự khác biệt giữa một Lag Bên trong và bên ngoài trong chính sách kinh tế vĩ mô.
2. Thảo luận về sự khác biệt giữa một Thuế suất biên và Thuế suất trung bình.
3. Thảo luận về tầm quan trọng của Ngân hàng Trung ương độc lập.
4. Thảo luận về Tỷ lệ cốt lõi của lạm phát.

Tài nguyên Internet cho bài học này
Tổng Tham khảo
http://www.askmrmovies.com

Tỷ lệ lạm phát lõi

Lag bên trong và bên ngoài Lag trong kinh tế vi mô

www.ingramcontent.com/pod-product-compliance
Lightning Source LLC
Chambersburg PA
CBHW072049190526
45165CB00019B/2219